జీవన కేళి

రచన

నూతలపాటి నాగేశ్వర రావు

JEEVANA KELI
By
NUTHALAPATI NAGESWARA RAO

First Edition Dec-2023

ISBN (Paperback): **978-81-966116-1-3**

Published By
Kasturi Vijayam,
3-50, Main Road,
Dokiparru Village -521322
Krishna Dist., Andhra Pradesh, India.

Book Available
@
Amazon, flipkart

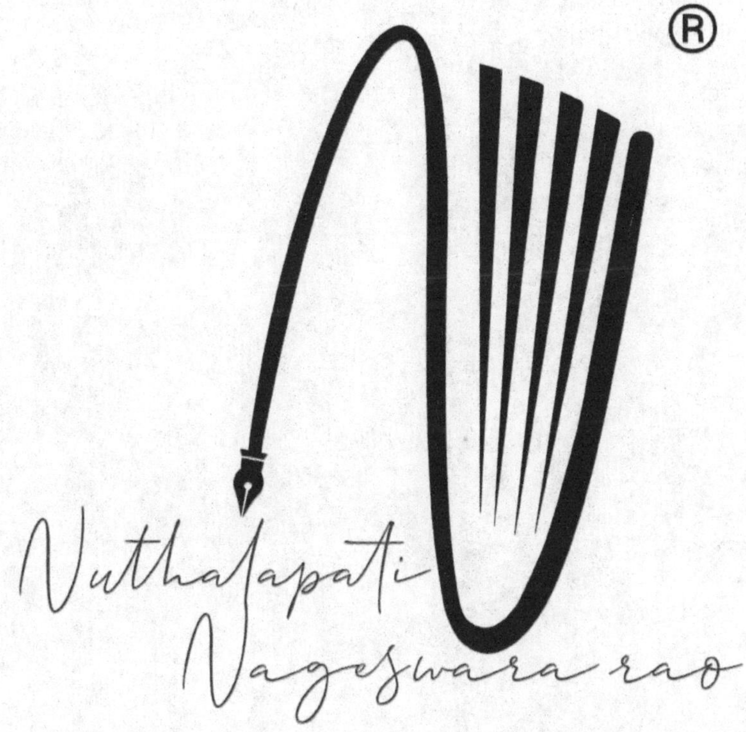

TM No. 5578002 / 23.8.2022

NNR WRITING HOUSE SINCE 1975

నా మాట

మానవ జీవన గమనం లో ప్రతి అడుగులో మానవ సంబంధాలు, భావోద్వేగాలు పెనవేసుకొని వుంటాయి. మనిషి ఆలోచనలను బట్టి అవి ప్రభావితం అవుతుంటాయి. భార్య –భర్త, తల్లి–తండ్రి, అత్త–మామ, కొడుకు–కోడలు, కూతురు–అల్లుడు, అన్న–తమ్ముడు, అక్క–చెల్లి, బావ–మరదలు ఇలా వరసలతో మానవ సంబంధాలు కొనసాగడం సమాజంలో తప్పనిసరి. కాలానుగుణంగా మనుషుల ఆలోచనలలో సంభవిస్తున్న సరళి అవమానీయ సంబంధాలుగా మార్పుచేస్తోంది. కారణం వ్యక్తిగతమైన ఆర్థిక స్వార్థం, సమాజంలో అభూత ఉన్నత స్థితి ని ఆశించడం.

మానవ సంబంధాలకు ఆర్థిక, సాంఘిక, రాజకీయ మరియు నైతికతకు అవినాభావ సంబంధం వుంది.

ఇవన్నీ కథలకు ప్రేరణ. సమాజంలోని అన్ని వర్గాలు, తారతమ్యం లేకుండా తెలుసుకోవాల్సిన నైతికత ఈ 12 అక్షర మాలలు కొద్దిపాటి ప్రభావమైనా కలిగిస్తుందనే నమ్మకంతో మీ ముందుకు తెచ్చే ప్రయత్నం చేశాను.

అత్యంత ఆకర్షణీయంగా కవర్ పేజీ సృష్టించిన మాధవ్ గారికి, అతితక్కువ సమయంలో అందంగా తీర్చిదిద్ది పాఠకులకు పుస్తకరూపంగా అతి తక్కువ ధరకు అందుబాటులోకి తీసుకుని వచ్చిన 'కస్తూరి విజయం' యాజమాన్యానికి, రచనా సమయంలో సలహాలు, సూచనలిచ్చిన సహధర్మచారిణి చోడవరపు సుధారాణి గారికి హృదయపూర్వక ధన్యవాదములు తెలుపుకుంటున్నాను.

నన్ను ప్రోత్సహిస్తున్న సాహితీ మిత్రులకు నా వందనములు.

గత రచనలను చదివి ప్రోత్సహిస్తున్న వారందరికీ ప్రత్యేక ధన్యవాదములు.

'జీవన కేళి' రచన పై తమ అమూల్యమైన సలహాలు, సూచనలు మరియు అభిప్రాయాలను 9490742134 వాట్స్ అప్, nnrwh1975@gmail.com ద్వారా తెలియ చేయవలసినదిగా కోరుతున్నాను.

నూతలపాటి నాగేశ్వర రావు
సంత నూతలపాడు
25.12.2023.

प्रारुप आरजी - 2
Form RG - 2
क्रमांक No. 3219375

व्यापार चिन्ह रजिस्ट्री, भारत सरकार Trade Marks Registry, Government Of India

व्यापार चिन्ह अधिनियम, 1999 Trade Marks Act, 1999

व्यापार चिन्ह के रजिस्ट्रीकरण का प्रमाणपत्र | Certificate of Registration of Trade Mark

(धारा 23 (2), नियम 56 (1)) | Section 23 (2), Rule 56 (1)

व्यापार चिन्ह संख्या / Trade Mark No. : 5578002
दिनांक / Date : 23-08-2022
ज. संख्या / J. No. : 2088

प्रमाणित किया जाता है कि व्यापार चिन्ह / जिसका प्रतिरूप इसके साथ संलग्न है, वह .... के नाम से .... वर्ग में .... संख्या के अधीन दिनांक .... को .... के संबंध में रजिस्ट्रीकृत किया गया है।

Certified that Trade Mark / a representation is annexed hereto, has been registered in the name(s) of :- NUTHALAPATI NAGESWARA RAO, D.NO.10-68-6 LIG-B18, NEAR GOVT HOSPITAL, AMARAVATI PLOTS, VUDA COLONY, TENALI, GUNTUR-522202, ANDHRA PRADESH , INDIA, INDIVIDUAL, (Single Firm)

In Class 16 Under No. 5578002 as of the date 23 August 2022 in respect of

BOOKS, NOVELS, MAGAZINES, PERIODICAL JOURNALS

NUTHALAPATI NAGESWARA RAO

आज वर्ष 20........................ के .... माह के .... वे दिन को मेरे निर्देश पर मुद्रांकित किया गया

Sealed at my direction, this 26th day of June , 2023

व्यापार चिन्ह रजिस्ट्री मुंबई
Trade Marks Registry MUMBAI

व्यापार चिन्ह रजिस्ट्रार
Registrar of Trademarks

रजिस्ट्रीकरण आवेदन की तारीख से १० वर्ष के लिए है और तदोपरांत वह १० वर्ष की अवधि के लिए और प्रत्येक १० वर्ष की अवधि की समाप्ति पर भी नवीनीकृत किया जा सकेगा।

यह प्रमाणपत्र विधि कार्यवाहियों में प्रयोग के लिए या विदेश में रजिस्ट्रीकरण प्राप्त करने के लिए नहीं है

टिप्पणी : इस व्यापार चिन्ह के स्वामित्व में कोई परिवर्तन होने पर, या कारोबार के मुख्य स्थान के पते में या भारत में सेवा के लिए पते में परिवर्तन होने पर परिवर्तन को दर्ज करने के लिए एक बार अनुरोध किया जाना चाहिए

Registration is for 10 years from the date of application and may then be renewed for a period of 10 years and also at the expiration of each period of 10 years.

This certificate is not for use in legal proceedings or for obtaining Registration abroad.

Note: Upon any change of ownership of this Trademark or change in address of the principal place of business or address for service in India a request should AT ONCE be made to register the change.

ముందు మాట

కుటుంబం యొక్క ఆలోచనలు, భావాలు, అభిప్రాయాలు, నిర్ధారణలు అన్ని కలిపితేనే సమాజ సాహిత్యం అవుతుంది. జీవన కేళి కథ రచయిత నూతలపాటి నాగేశ్వర రావు గారికి సమాజం ద్వారా కల్గిన ఒత్తిడి, ఆందోళన, భయం, ద్వేషంతో వారి మనస్సులో పుట్టిన ఆలోచనలనే ఈ పన్నెండు కథల కథనంగా మలచారు.

ఈ రచయిత శైలిలో భావోద్వేగాలు, నైతికత, ఆర్థిక, సాంఘిక, అస్తిత్వానికి చెందిన గుర్తులు బలమైన కథగా కన్పిస్తాయి. వారి ఆలోచనలు, అభిప్రాయాలు, అవగాహన పదాలై కథలో ధారగా ప్రవహించటమే ఈ 'జీవన కేళి' యొక్క గొప్పదనం. ఈ కథలను చదివినంతసేపూ పాఠకులని వేరే లోకంలోకి లాక్కుపోవటం రచయిత ప్రధానోద్దేశమనుకుంటా!!

ఈ 'జీవన కేళి' కథలలోని పాత్రలు కథకు జీవంపోశాయి. రచయిత రచనా శైలితో పాఠకులపై కలిగించే ప్రభావం తీసిపారేయలేనిది. చదువుతున్న కథలోని పాత్రలతో మనల్ని త్వరితగతిన మమేకం అయ్యేలా రాయడమే ఈ రచయిత గొప్పదనం.

కథలలో అర్థవంతమైన అర్ధవంతమైన సంభాషణలు పాత్రోచితంగా సరైన సమయంలో పాత్రల మధ్య పలికించడం అంత తేలికైన విషయం కాదు. ఈ కథలలోని ప్రతి పాత్ర దాని వ్యక్తిత్వాన్ని, అస్తిత్వాన్ని తప్పక ప్రతిఫలిస్తుంది. ఇది ఒక గొప్ప పరిశోధనగా అనిపించింది. అర్థవంతమైన సంభాషణలు పాఠకుల్ని కథ వెంట పరుగులు తీయిస్తుంది.

నూతలపాటి నాగేశ్వర రావు గారికి జీవితానుభూతి తెలియడంతోపాటు దాని గురించిన ఒక పూర్తి విజ్ఞానమే ఉంది. కాకపోతే పాఠకులు ఈ కథలు చదివి అంతః ప్రయాణం ద్వారా దానిని చేరుకోవాలి.

నాగేశ్వర రావు గారు ఇలాంటి రచనలు మరెన్నో సాహితీ మిత్రులకు అందించాలని కోరుకుంటూ వీరికి హృదయపూర్వక ధన్యవాదములు.

– **కస్తూరి విజయం**

కథల క్రమము

1. బ్రిస్టోల్ 1
2. రెండు ముళ్లు–నాలుగడుగులు 15
3. తోటకూర 22
4. బోసి మెడ 29
5. తీరని వ్యధ 40
6. గీతాంజలి 51
7. తియ్యని నమ్మకం 62
8. నట్టు 67
9. అరుగు 79
10. దోస్త్ 87
11. తర్వాత మాట్లాడతాను 99
12. నింద 110

బ్రిస్టోల్

"నడవవయ్యా! నడువు.."

వీపు వెనకాల అరచేతులు పెట్టి నెడుతున్నారు.

అడుగు తీసి అడుగు వేసే లోగా మరొక హస్తం వీపుపై అన్చి నెడుతోంది.

అసహనంగా వుంది. మనసంతా భారంగా దిగాలుగా వుంది. పైగా వెనుక నెట్టుడు..అడుగు ముందుకేస్తున్నా ప్రయాణీకుల తోపుడు ఆగడం లేదు.

ఎడమ చేతిలోని బ్యాగ్ కుడి చేతిలోకి మార్చుకోడానికి చేయబోయే ప్రయత్నం... బోగీ లోపలకు తన ప్రయత్నం లేకుండానే అడుగులు పడ్డాయి.

హమ్మయ్య అని నిట్టూర్పు వదిలి తన ముందున్న వారిని "కదలండి..కదలండి.." అనుకుంటూ రిజర్వేషన్ చేయించుకున్న బెర్త్ దగ్గరకు చేరుకున్నాడు.

తనది లోయర్ బెర్త్, పగలు కావడంతో కూర్చోక తప్పేలాలేదు.

"సార్ పక్కకు జరుగుతారా"

"బెర్త్ అంతా ఖాళీగానే వుందిగా అక్కడ కూర్చో" కిటికీ పక్కన కూర్చున్న వ్యక్తి దబాయించి చెప్పాడు.

"ఇది నేను రిజర్వ్ చేయించుకున్న బెర్త్. దీనిపై ఎక్కడైనా కూర్చోవచ్చు. ఆమాత్రం తెలియదా? ఇవతలకు జరుగు..."

తనమాట వినీ విననట్లు అలానే కూర్చున్నాడు. అంగుళం జరగటానికి కూడా ప్రయత్నించడం లేదు.

"నువ్వు ప్రతిదానికి వాదులాడకు. హై బీ.పి. వుంది. మనమే సర్దుకపోతుండాలి. తరచూ ప్రయాణాలెందుకు? హైదరాబాద్ లోనే కాపురం వుందామంటే ససేమిరా అంటావు. నెలకు రెండుసార్లు అమ్మా, నాన్నలను చూడనిదే వుండలేనంటావు. పైగా వారు పట్నం లో వుండడం వల్ల ఇబ్బందిపడతారు అని సముదాయిస్తావు. అంతే కాని నామాట ఎప్పుడు విన్నావు గనుక " భార్య కల్యాణి పక్కనే నిలబడి చెబుతున్నట్లు వుంది.

కొద్ది క్షణాలు తనకు తాను సముదాయించుకొని అతడి పక్కన కూర్చున్నాడు. చేతిలోని బ్యాగ్ ను బెర్త్ కిందకు నెట్టాడు.

క్షణాలు యుగంలా గడుస్తున్నాయి.

రైలు కదులుతోంది.

స్టేషన్ లో తను అగ్గిపెట్టె ను అప్పజెప్పిన విషయం, జేబు తడుము కుంటుంటే గుర్తుకు వచ్చింది.

ప్యాంటు జేబు చూసుకున్నాడు. సిగరెట్టు పెట్టె చేతికి తగులుతోంది. హమ్మయ్య అని నిట్టూర్చాడు.

ఉక్కపోతగా వుండడంతో నుదిటిపై కారుతున్న చెమటకు కళ్ళజోడు ముక్కు పైనుండి కిందకు జారుతోంది. ఎడమ చేతి మధ్య వేలితో కళ్ళజోడు పైకి నెట్టుకున్నాడు.

క్షణ క్షణానికి కంగారు ఎక్కువ అవుతోంది. ఆదుర్దాగా అనిపిస్తోంది.

కొద్దిసేపటి క్రితం జరిగిన సంఘటనే తనను అమితమైన బాధ, వ్యధను కలుగజేస్తోంది.

తన కార్యాలయంలో పెండింగ్ పని గుర్తుకొస్తోంది. మరు క్షణం ఇంటివద్ద అమ్మా నాన్నలు ఎండలకు ఎలా వున్నారో కంగారుగా వుంది. వృద్ధాప్యంలో వారిని సరిగ్గా చూడలేక పోతున్నందుకు బాధనిపిస్తూ వుంటుంది. కన్న కూతురిలా కల్యాణి వారికి చేసే సేవలు తలచుకుంటే తనకు మధురానుభూతి.

తమ్ముడు చంద్రం వ్యాపారమని దేశమంతా తిరగడం, సంపాదించిన సొమ్మంతా మరలా తిరగడానికే ఖర్చవడం షరా మామూలు.

"చేసే వ్యాపారం మానేసి కొబ్బరి తోటను చూసుకుంటే చాలు. నీపై అదనపు బరువు బాధ్యతలేమున్నాయి. నేనే చూసుకుంటున్నాను"

అవునని చెప్పడు. కాదని చెప్పడు. తలవంచుకొని తన పని ఏదో తను చేసుకొని పోతుంటాడు చంద్రం.

అదేమంటే అలుగుతాడు.

నాన్న తనకున్న రెండెకరాల కొబ్బరితోట తమ్ముడికే అప్పజెప్పాడు.

తన భార్య, బిడ్డలు, అమ్మా నాన్నలను చూసుకోవడానికి సర్కారీ నెలవారీ జీతం సరిపోతుంది. ఇంకా చెప్పాలంటే మిగులు కూడా ఎక్కువగానే వుంటుంది.

తమ్మునికి ఎలాంటి దురలవాట్లు లేవు. తనకు కూడా లేవని కాసింత గర్వంగా ఫీలవుతుంటాడు. సిగరెట్టు తాగడం మాత్రం తన దృష్టిలో దురలవాటు కాదు. తను సిగరెట్టు కాల్చడం అంటే ఒక కళ.

ఆలోచనలతో ఎడమ చెయ్యితో జేబును నిమురు కున్నాడు, సిగరెట్టు ప్యాకెట్ తగిలింది. దాని స్పర్శతో ప్రాణం లేచి వచ్చినట్లనిపించింది.

అరగంట క్రితం జరిగిన అవమానం జీవితాంతం గుర్తుండి పోయేలా వుంది. తనను వెంటాడుతూనేవుంది.

★★★

సిగరెట్టు కాల్చడం, పొగ పీల్చడం కూడా తప్పిదమేనా?

రైల్వే స్టేషన్ అంతా కోలాహలంగా వుంది. అవేమీ పట్టనట్టు తన జేబులోని సిగరెట్ ప్యాకెట్ తీసి ఓపెన్ చెయ్యడంలో తనది ప్రత్యేక స్టయిల్. రెండు ముని వేళ్ళతో ప్యాకెట్ ఓపెన్ చెయ్యడం, సిగరెట్టు బయటకు తీసి రెండు పెదాల మధ్యకు చేర్చడం. చూసేవారు ఆశ్చర్యపడతారు. గర్వంగా ఫీలవుతూ అగ్గిపెట్టె తీసి, సిగరెట్టు కాల్చి, ఒక్క గుక్కలో లోపలకు పీల్చాడు. సగం సిగరెట్టు కాలిపోయింది. ఒక్కసారి ఆకాశం వైపు చూశాడు. రైల్వే వారి ఫ్యాన్, షెడ్ రేకులు కనిపించాయి. నోటిలో నుండి పొగ నెమ్మదిగా బయటకు వస్తోంది.

"చూడు డాడీ! రింగులు రింగులు ఎలా తిరుగుతున్నాయో" వేలుపెట్టి చూపిస్తున్నాడు పది సంవత్సరాల కుర్రాడు.

"అరె నిజమే. చాలా బాగుంది. పొగ వృత్తాలు వృత్తాలుగా తిరుగుతూ గాలిలో మాయమవుతున్నాయి. భలే వుందిరా!" అంటూ కుర్రాడి తండ్రి కూడా ఆశ్చర్యపడుతూ ఆనందిస్తున్నాడు.

ఇదంతా ఒక కంట గమనిస్తూనే వున్నాడు శేషారావు. తనకు కూడా అదేకదా కావాల్సింది. మరొకసారి సిగరెట్టుని గట్టిగా పీల్చాడు. సిగరెట్టు దాదాపు పెదవుల వరకు కాలిపోయింది. పీకను పక్కన డస్ట్ బిన్ లో వేయడానికి చేతితో పెదవులమధ్య వున్న పీకను పట్టుకున్నాడు. మరొక సారి తల ఎత్తి పొగ వదలదానికి ప్రయత్నిస్తున్నాడు.

హఠాత్తుగా భుజంపై చెయ్యి బలంగా పడింది. ఉలికిపాటుతో ఒక్కసారి భుజం వైపు చూశాడు.

పోలీసు కనిపించాడు.

"ఊ..ఊ.." అన్నాడు.

తను ప్రదర్శించే నైపుణ్యాన్ని చూడటానికి తహ తహ లాడుతున్నాడు. ఇక ఆగడమెందుకని తలెత్తి నోటిలోనుండి పొగ వదులుతుంటే నా సామి రంగ.. రింగులు, రింగులు తిరుగుతూ పై పైకి వయ్యారంగా వెళ్తున్నాయి.

శేషారావు ప్రదర్శించిన కళను పోలీసు చూసి ఎంతగా ఆనందించాడో చూద్దామని అతడి వైపు చూశాడు.

"పద...చూస్తుంటే చదువుకున్నవాడిలా కన్పిస్తున్నావు. ఇది ధూమపానం నిషేధిత స్థలం. పద.పద.." అంటూ భుజం పై చొక్కాను గట్టిగా పట్టుకొని గుంజుతున్నాడు పోలీసు.

తేరుకొనేలోగా ఫ్లాట్ ఫామ్ పైనున్న రైల్వే పోలీసు స్టేషన్ లో వున్నాడు.

"చూడటానికి చదువుకున్న వాడిలా వున్నాడు. అమ్మాయిలను వేధిస్తున్నాడా" అడుగుతోంది లేడి కాని స్టేబుల్.

"లేదు. ధూమపానం చేస్తున్నాడు. అందరికీ అసౌకర్యం కల్గిస్తున్నాడు. ఫైన్ పుస్తకం ఇవ్వు" చెప్పాడు కాని స్టేబుల్.

"నీ పేరు?"

"శేషారావు"

"ఐదు వందలు కట్టు" అంటూ రశీదు రాస్తున్నాడు.

జేబులోని ఐదు వందలు తీసి కాని స్టేబుల్ కి ఇచ్చి రశీదు తీసుకున్నాడు.

"ఇక నువ్వు వెళ్లొచ్చు...వుండు. నీ దగ్గర అగ్గిపెట్టె వెంటబెట్టుకొని ప్రయాణించడం నేరం. తీసి ఇక్కడపెట్టి వెళ్లవచ్చు"

శేషగిరి అప్రయత్నంగా జేబులోని చీతా అగ్గిపెట్టె కానిస్టేబుల్ కి అప్పజెప్పాడు.

"ఇక వెళ్ళు"

"ఏ మాటకు ఆ మాట చెప్పుకోవాలి. పొగని గుండ్రంగా సర్కస్ లో రింగ్ లా గిర.. గిర గాలిలో తిరిగేలా పొగ ఊదుతాడు. గొప్ప కళాకారుడే" చెబుతున్నాడు లేడి కాని స్టేబుల్ కి.

పొగడ్త చెవికి చేరగానే ముఖంపై సంతోషపు అలలు తాకాయి. మెల్లగా బల్లమీద నుండి లేచి బ్యాగ్ ను తీసుకొని స్టేషన్ నుండి ఫ్లాట్ ఫారం మీదకు వచ్చాడు శేషగిరి.

చిన్నప్పటినుండి, అల్లరి చిల్లరగా తిరగకుండా క్రమశిక్షణతో పెరిగి పెద్దయి పోటీ పరీక్షలు రాసి ప్రభుత్వ ఉద్యోగం సంపాదించి రాష్ట్ర సచివాలయం లో అధికారిగా నియమితుడై, పదోన్నతులు పొంది డిప్యూటీ సెక్రెటరీ గా వుద్యోగం చేసే తన చేతే అపరాధ రుసుము కట్టించారు. ఎంతమంది ప్లాట్ ఫారం లపై సిగరెట్టు తాగడం లేదు. రైల్లో ఎంతమంది పాన్ పరాగ్, చుట్ట, బీడీ సిగరెట్టు తాగడం లేదు. వాళ్ళందరి నుండి అపరాధ రుసుము వసూలు చేస్తున్నారా? తను ప్రదర్శించే కళ నలుగురూ చూసి ఆనందిస్తారని అలా బహిరంగంగా ప్రదర్శనకు సాహసించాడు కాని, ఇలా తనను అవమానించడం కాదు..కాదు తన కళను ఇలా అవమానించడం జరుగుతుందని ఊహించలేదు. అయినా ఒకరిని అనుకుంటే ఏమి ప్రయోజనం? తన ఉద్యోగ హోదా చెప్పుకుంటే సరిపోయేది కదా? సమయానికి బుర్ర పని చెయ్యలేదు.

★★★

రైలు స్టేషన్ నుండి కదిలి వేగం పుంజుకుంటోంది. కాలం కూడా వేగం గా తిరిగిపోతోంది. కొద్దిసేపు కళ్ళు మూసుకున్నాడు. ఏవేవో ఆలోచనలు తనను సతమతం చేస్తున్నాయి.

"కొంచెం పక్కకు జరిగి కూర్చుంటారా" మాటలతో బాటు అతడి చేతిలోని బ్యాగ్ సీటుపై పెట్టాడు.

శేషగిరి అసహనంగా అతడి వైపు చూశాడు. చేసేదేమీ లేక పక్కకు జరిగి కూర్చున్నాడు.

"హమ్మయ్య. సీటు దొరికింది. సర్దుకుంటే నలుగురు కూడా కూర్చోవచ్చు" మనసులో గొణుక్కుంటూ శేషగిరి పక్కన కూర్చొని బ్యాగ్ సీటు కిందకు నెట్టాడు.

"ఏంటి సార్ దిగాలుగా వున్నారు. సరిగ్గా కూర్చోండి" పలకరించాడు.

"నేను బాగానే వున్నాను" ముక్తసరిగా సమాధానం చెప్పాడు శేషగిరి.

"నాపేరు రాజ్ మంగళ్ సింగ్. మీపేరు"

"శేషగిరి"

"ఎక్కడిదాకా ప్రయాణం"

"రాజమండ్రి"

"ఒక్కరే వెళ్తున్నారా"

"అవును" అతడితో మాట్లాడుతుంటే శేషగిరికి క్రమేపీ టెన్షన్ తగ్గుతోంది.

"ఏదైనా ఉద్యోగం చేస్తున్నారా"

"అవును"

"ఎక్కడ"

"హైదరాబాద్"

"నేను వ్యాపారం చేస్తుంటాను. మాది కలకత్తా"

"తెలుగు బాగా మాట్లాడుతున్నారే"

"కొంచెం కొంచెంగా మాట్లాడుతుంటాను"

"సంతోషం"

"మీకు ఎంతమంది పిల్లలు"

"ఇద్దరు"

"ఏమి చేస్తుంటారు"

"చదువుకుంటున్నారు"

"ఎక్కడ"

"రాజమండ్రిలో"

"మీది రాజమండ్రా?"

"అవును"

"హైదరాబాద్ లో వుద్యోగం, రాజమండ్రిలో ఫ్యామిలీ"

"వారానికి పదైదు రోజులకు ఒకసారి మావూరు వెళ్ళి వస్తుంటాను"

"మీ ఆవిడ లేదా"

"ఉంది"

"ఎక్కడుంటారు"

"రాజమండ్రి లో"

"చాలా సంతోషం"

"మీరు బాగా మాట్లాడుతున్నారు"

ఒక నవ్వు నవ్వాడు.

"ఏమి వ్యాపారం చేస్తుంటారు"

"అన్ని రకాలు. కొనుగోలు, అమ్మకాలు"

"ఎక్కడ మీరుండేది"

"కలకత్తా"

"నాతమ్ముడు ప్రస్తుతం కలకత్తాలోనే వున్నాడు"

"ఏమి చేస్తుంటాడు"

"వ్యాపారం కోసమని పదిరోజుల క్రితం అక్కడకు వెళ్ళాడు"

"పేరు"

"రామ చంద్ర రావు"

"రావు...తెలుగు వారందరికీ పేరు చివర రావు వుంటుంది"

"కొందరికి అలా వుంటుంది"

"ఇప్పుడు అక్కడే వున్నాడా"

"వున్నాడు"

"తెలిసిన వారు వున్నారా?"

"లేదు. మావాడు అక్కడకు వెళ్లినప్పుడు ఖాజా హబీబ్ హోటల్ లో రూం తీసుకొని వుంటాడు"

"బాగుంటుంది ఆ హోటల్. నాకు బాగా తెలుసు"

"రూం నెంబర్ 301 లో వుంటాడు"

"చాలా సంతోషం"

"ఎప్పుడు వెళ్తారు కలకత్తా"

"మధ్యలో వ్యాపారం చూసుకొని నాలుగైదు రోజుల్లో కలకత్తా వెళ్తాను"

"నా తమ్ముడు అమాయకుడు. వ్యాపారం అని తెలియని చోట్లకు వెళ్తుంటాడు"

"మీరు బాధపడకండి. వ్యాపారం అంటే అలానే వుంటుంది. మీ తమ్ముడు వ్యాపారం లో ముందు ముందు బాగా సంపాదిస్తాడు. వ్యాపారం మొదలు పెట్టినప్పుడు నేనూ అంతే"

"నా తమ్ముడు చంద్రంకి వ్యాపార మెలకువలు కొంచెం నేర్పండి"

"తప్పకుండా. మీ భార్య పేరు"

"కల్యాణి"

"రాజమండ్రి లో ఎక్కడ వుంటారు"

"ధవళేశ్వరం లో కాటన్ పేట"

"మీ ఫోన్ నెంబర్ ఇవ్వండి"

"0883-221234"

"మీ తమ్ముడిని ఎలా గుర్తు పట్టాలి?"

అతడితో మాట్లాడుతుంటే సమయమే తెలియడం లేదు. మనసుకు హాయిగా వుంది. తమ్ముడికి దారి చూపించే వ్యక్తి దొరికాడు అని మనసులో సంతోష పడుతున్నాడు శేషగిరి.

జేబులోని పర్స్ తెరచి గ్రూప్ ఫోటో చూపించాడు.

"వీడే నా తమ్ముడు" అంటూ వేలుపెట్టి మరీ చూపిస్తున్నాడు శేషగిరి.

"చాలా బాగున్నాడు"

పర్స్ తిరిగి జేబులో పెట్టుకున్నాడు.

మనసు సిగరెట్టు పై పోతోంది. కాల్చి తన కళను ప్రదర్శిద్దామని మనసులో కోరిక వున్నా అగ్గిపెట్టె తన వద్ద లేకపోవడం తో బలవంతంగా నియంత్రించు కుంటున్నాడు.

ఎవరికైనా గుర్తింపు రావాలంటే ఏదో ఒక వినూత్నమైన కళ వుండాల్సిందే. కళ ద్వారా నలుగురి ప్రశంసలు, తగిన గుర్తింపు పొందవచ్చు. తను సిగరెట్టు కాల్చేది దాని కోసమే. తనకది దురలవాటు కాదు.

అప్పుడప్పుడు సిగరెట్టు తాగి పొగ చక్రాలు గా గాలిలోకి వదలడం చేసినప్పుడు బంధు మిత్రుల మన్ననలు పొందుతుంటాడు. భార్య కల్యాణి కూడా అడ్డు చెప్పదు. తన భర్తలా ఇతరులెవరూ చెయ్యలేరని కాసింత గర్వంగా ఫీలవుతుంటుంది.

మాటల పరంపర ఆగడం లేదు.

అతను అడుగుతూనే వున్నాడు.

శేషగిరి చెబుతూనే వున్నాడు.

సమయం గడచిపోతోంది.

"తినడానికి ఏమైనా తెచ్చుకున్నారా?"

"లేదు. నాకు ట్రైన్ లో తినే అలవాటు లేదు. ఇంటికి వెళ్ళాక తింటాను"

శేషగిరి తన ఇంటి విషయాలు, ఆర్థిక కుటుంబ విషయాలు అమరికలు లేకుండా అన్నీ పూసగుచ్చినట్లు చెప్పాడు. కొద్ది గంటలలోనే ఆత్మీయుడయ్యాడు రాజ్ మంగళ్ సింగ్.

★★★

"ఏమి ఇబ్బందుల్లో వున్నాడో ఏమో! టెలిగ్రాం ఇచ్చాడు. ఆలస్యం చేయకుండా మని ఆర్డర్ చేయండి" కల్యాణి చెబుతోంది.

"సర్దుబాటు చేస్తాను. బ్యాంక్ నుండి తీసుకునిరావాలి. ఈరోజు సెలవు. ఎవరి వద్దనైనా అరువు తీసుకొని అయినా పంపుదాము. ఈ ఒక్కరోజు ఓపిక పట్టు కల్యాణి" గద్గర స్వరంతో చెబుతున్నాడు శేషగిరి.

సమీపంలో వున్న యెస్.టి.డి. బూత్ కి వెళ్ళి తన మిత్రుడికి ఫోను చేశాడు. సరైన స్పందన లేకపోవడంతో మరొక ప్రయత్నం ప్రారంభించాడు శేషగిరి.

"బిడ్డ ఎన్ని కష్టాలు పడుతున్నాడో..ఏమో" అంటూ కన్నీరు మున్నీరవుతోంది కల్యాణి.

శేషగిరి కి కాళ్ళు చేతులు ఆడడంలేదు. ఎన్ని సార్లు చెప్పినా తెలియని వ్యాపారం చెయ్యొద్దని వారించినా పద్ధతి మార్చుకోడు. తలచుకుంటూ లోలోపల మదన పడి పోతున్నాడు.

ఇంట్లో అందరూ బాధతో వున్నారు. కాని చెయ్య కలిగింది ఏముంది?

"అరె శేషు..చంద్రం తో ఫోనులో ఒకసారి మాట్లాడకపోయావా" నాన్న వెంకటేశ్వర్లు అడుగుతున్నాడు.

"ప్రయత్నించాను నాన్నా. ఎవరూ అక్కడ ఫోన్ ఎత్తడం లేదు"

"వాడి దగ్గరకు నువ్వు వెళ్ళవచ్చు కదా"

"నేను అక్కడకు వెళ్ళడమంటే చాలా సమయం పడుతుంది. ముందు డబ్బు పంపిన తర్వాత బయలుదేరి వెళ్తాను. ఈ వయసులో మీరు కంగారు పడకండి" తండ్రిని సముదాయిస్తున్నాడు.

"అసలు ఏమయ్యిందే కల్యాణి. అంత గాబరా పడుతున్నారు" మంచం మీదనుంచి మంగమ్మ అడుగుతోంది.

"అత్తయ్య. ఏమీ లేదు అందరూ బాగానే వున్నారు. ఇదిగో నీకు ఫిల్టర్ కాఫీ అంటే ఇష్టం కదా ముందు తాగు. చల్లారిపోగలదు"

"నా బంగారు తల్లే!" అంటూ మంచం మీద నుండి లేచి కూర్చొని కాఫీ గ్లాస్ తీసుకుంది.

అత్తయ్య కు మాట వినిపించదు. అయినా ఇంట్లో అందరినీ ఒక కంట కనిపెడుతూనే వుంటుంది. కోడలు కల్యాణి అంటే ప్రాణమిస్తుంది.

కాఫీ తాగడం పూర్తయ్యిందో లేదో "కల్యాణి నువ్వైనా నిజం చెప్పవే. ఇంట్లో ఏమి జరుగుతోంది?" మరలా ఆరా మొదలు పెట్టింది.

కల్యాణి చేతులతో సైగ చేస్తూ చెబుతోంది. ఏమి అర్ధమయ్యిందో ఏమో "సరే..సరే.." అంటూ కల్యాణి సాయంతో మంచంపై పడుకుంది.

వీధిలోనే వుండే సబ్ పోస్ట్ మాస్టర్ బాబూ రావు ఇంటికి వెళ్ళి జరిగిన విషయం చెప్పాడు.

"నువ్వు కంగారు పడకు. కావాల్సిన డబ్బు నేను సర్దుతాను. నిశ్చింతగా వుండు. ఎం.ఓ. ఫారా లు పూర్తి చెయ్యి. ఒకటి నీపేర మరొకటి వదిన కల్యాణి పేర" అంటూ కావాల్సిన రెండు ఫారాలు ఇచ్చి పూర్తిచేయించాడు.

శేషగిరి ఫారాలు పూర్తి చేసి కల్యాణి చేత సంతకం చేయించి తనుకూడా సంతకం చేసి తిరిగిచ్చాడు.

"రేపు సోమవారం. మొదటి గంటలోనే పంపే ఏర్పాటు చేస్తాను. నువ్వు కంగారు పడి అమ్మాయిని కంగారు పెట్టకు" భరోసా ఇచ్చాడు.

శేషగిరి, సబ్ పోస్ట్ మాస్టర్ బాబూ రావు క్లాస్ మేట్స్ ఇంటికి వెళ్ళి సహాయం అర్థించగానే స్పందించాడు.

★★★

"ఎల్లుండి కల్లా డబ్బులు చంద్రానికి చేరతాయి"

"థాంక్స్ రా!"

"సహాయం ఏముంది. నా బాధ్యత. ఆత్మీయ బాల్య మిత్రుడు బాధపడుతుంటే చూస్తూ వుండగలనా"

బాబూ రావు ముఖంలో స్నేహితునికి సహాయం చేశానన్న తృప్తి స్పష్టంగా కన్పిస్తోంది.

శేషగిరి ఇంటికి వచ్చాడు.

"కల్యాణి వాడికి కావాల్సిన డబ్బు పంపించాము. ఎల్లుండి చేరతాయట"

"సరే లెండి. డబ్బు చేరుతుంది. ఇక మీరు ప్రయాణానికి సిద్ధం కండి"

"నిన్న, ఈరోజు మనసు బాగోలేదు. నేను ఒకవారం సెలవు పెడతాను. టెలిగ్రామ్ ఇస్తాను. రేపు మధ్యాహ్నం ట్రైన్ కి బయలు దేరి కలకత్తా వెళ్తాను. ఈలోగా వాడికి ఇష్టమైన పూతరేకులు తెప్పించు. తీసుకెళ్తాను"

"అలానే. ప్రశాంతంగా వుండండి. ఎక్కువ కంగారు పడుతున్నారు. మనకు సమస్యలమీద సమస్యలు వస్తున్నాయి"

"ఏమి చేస్తాము. సమస్యలను ఒక్కొక్కటిగా పరిష్కరించు కోవడమే"

"అవన్నీ నాకు తెలియదు. మీరు సిగరెట్టు కాల్చి రింగులు తెప్పిస్తుంటే చూడాలని వుంది"

కల్యాణి మాటలకు శేషగిరికి ఎక్కడలేని ఉత్సాహం ఆనందం తో మనసు నిండి పోయింది.

అడిగిందే తడవుగా జేబులోని సిగరెట్టు పాకెట్ బయటకు తీశాడు.

కల్యాణి కిచెన్ నుండి అగ్గిపెట్టె తీసుకొచ్చి చేతికందించింది.

సిగరెట్టు కాల్చి ఒకగుక్క లోపలకు పీల్చి ఇంటి కప్పు వైపు చూస్తూ నోటి నుండి ఊదుతున్న పొగ చుట్టలు చుట్టుకొని వలయాకారంలో ఏర్పడి గాలిలో తిరుగుతుంటే అది చూస్తున్న కల్యాణికి మధురానుభూతి కలిగిస్తోంది.

★★★

"జాగ్రత్తగా వెళ్ళి వాడిని తీసుకురండి. ఆదుర్దా పడకండి" కల్యాణి రైల్వే స్టేషన్ లో భర్తకు వీడ్కోలు చెబుతూ హెచ్చరిస్తోంది.

"చంద్రానికి ఇష్టమని పూతరేకులు తెప్పించాను. కలవగానే ఇవ్వండి. ఇద్దరూ కలిసి కాళికా దేవాలయానికి వెళ్ళి రండి"

"అలానే. మరి వస్తాను..బై.." అంటూ బ్యాగ్ ఒక చేత్తో పట్టుకొని మరొక చెయ్యి ఊపుకుంటూ ట్రైన్ ఎక్కాడు.

"చంద్రం అమాయకుడు. ఖాళీగా వుండి అన్నయ్య సంపాదనపై ఆధారపడకుండా ఏదో ఒక పని చేసుకోవాలని, అది వాడి వల్లకాక, సమస్యలలో చిక్కుకోవడం...ఎవరి అభిలాష వారిది. ఎవరిని తప్పు పట్టగలం. భర్త పెద్ద ఉద్యోగం చేస్తున్నా ఏమిచేస్తుంటారో ఏమి ఆలోచిస్తుంటారో ఆయనకే ఎరుక" ఆలోచనలతో కల్యాణి ఇంటికి చేరుకుంది.

★★★

ట్రైన్ కలకత్తా చేరుకుంది. స్టేషన్ నుండి తమ్ముడు చంద్రం బస చేసిన ఖాజా హబీబ్ హోటల్ కి చేరుకున్నాడు.

చుట్టు పక్కల వాతావరణం కొత్తగా అనిపిస్తోంది. చల్లని గాలి వీస్తోంది. హోటల్ ని చూస్తుంటే సిగరెట్టు తాగాలనిపిస్తోంది.

ప్యాంటు జేబులోనుంచి సిగరెట్టు పెట్టె స్టయిల్ గా బయటకు తీశాడు. హోటల్ కి ఎదురుగా ఐ టి సి వారి బ్రిస్టోల్ సిగరెట్టు ప్రకటన బోర్డు చూసిన శేషగిరికి చెప్పలేనంత సంతోషమేసింది.

ఆలశ్యం చేయకుండా సిగరెట్టుని అగ్గిపెట్టెతో ముట్టించాడు. దమ్ము లోపలకు పీల్చాడు. పెదవుల మధ్యనుండి సిగరెట్టు కుడి చేతి రెండు వేళ్ళతో తీసి పెదాలు ముందుకు చాచి తలపైకి ఎత్తి ఆకాశాన్ని చూస్తూ పొగ వదిలాడు. వలయాలు, వలయాలుగా పొగ గాలిలోకి తిరుగుతూ వృత్తాకారంగా చుట్టుకొని మెల్లగా విడిపోతూ గాలిలో అదృశ్యమవుతోంది.

చప్పట్ల శబ్దాలు పెద్దగా వినిపిస్తున్నాయి. శేషగిరి తలదించి చూశాడు. నలుగురు చుట్టూ చేరి కేరింతలు కొడుతున్నారు. శేషగిరికి చెప్పలేనంత సంతోషం కలిగింది. అక్కడ నిలబడ్డ వారు మాటలాడే మాటలు సరిగ్గా అర్థం కావడం లేదు. కాని తన కళను పొగుడుతున్నారని అర్థమవుతోంది.

అక్కడున్న ఒకతను, శేషగిరి ఆంధ్ర నుంచి వచ్చాడని పసికట్టాడు.

"సూపర్ సార్...మరొక సారి ఇలానే చేయండి. ఫోటోగ్రాఫర్ ని పిలిపించి ఫోటో తీయిస్తాను" అంటూ మాటలాడుతుంటే తనకు ఎనలేని సంతోషం సముద్రమై ఉప్పొంగి పోతోంది.

రెండు మూడు నిముషాల పాటు అందరూ శేషగిరిని అభినందిస్తున్నారు.

మరొకసారి అలా చెయ్యమని కోరుతున్నారు.

శేషగిరి పెదవులపై చెప్పలేనంత ఆనందం పెదవులపై ఆవాహన చెంది ఊహా లోకం లోకి తీసుకు వెళ్తోంది.

అందరి మాట గౌరవిస్తూ మరొక సిగరెట్టు పెట్టెలో నుంచి బయటకు తీశాడు. నోట్లోపెట్టుకోబోయాడు. తమ్ముడు చంద్రం గుర్తుకు రావడంతో అందరినీ కాసేపు ఓపిక పట్టమని, తన తమ్ముడు హోటల్ లో బస చేసి వున్నాడని తనను కలిసిన తరువాత తిరిగి వచ్చి తమ కోరిక తీరుస్తానని చెప్పాడు. అందుకు అందరూ సరే నని తలలు ఊపారు.

ఎడమ చేతిలో బ్యాగ్ తీసుకొని హోటల్ లోకి ప్రవేశించాడు.

శేషగిరితో బాటు మరికొందరు కూడా హోటల్ లోపలకు వచ్చారు.

"రూం నెంబర్ 301 లో వున్న చంద్రం ను కలవాలి" అడిగాడు.

""చంద్రం గారు నిన్ననే రూం ఖాళీ చేసి వెళ్ళిపోయారు"

"అవునా..అతడి రూంలో దొంగతనం జరిగి డబ్బు, బట్టలు అన్నీ దొంగిలించారు. హోటల్ బిల్లు కూడా కట్టడానికి డబ్బులుకూడా లేవన్నాడు. మేము నలభైవేలు అతనికి ఎం.ఓ. ఇక్కడి చిరునామాకే చేశాము. ఆ.. చంద్రం అన్నయ్యను నేను. అతడి గూర్చి చెప్పండి"

"దొంగతనము ఏమిటి? డబ్బు, బట్టలు పోగొట్టుకోవడం ఏంటి? వింతగా మాట్లాడుతున్నారు"

తమకు అందిన టెలిగ్రామ్ ను బ్యాగ్ నుండి తీసి చూపించాడు.

"దీని సంగతి మాకు తెలియదు. చంద్రం రూం ఖాళీ చేసి వెళ్ళి పోయాడు"

"ఈ హోటల్ యాజమాన్యం మంచిది. ఇక్కడ ఎలాంటి పొరబాట్లకు తావులేదు. నాకు బాగా తెలుసు" పక్కనున్న వ్యక్తి చెబుతున్నాడు.

శేషగిరికి అంతా అయోమయంగా వుంది.

"మా ఇంటి ఫోన్ కి ట్రంక్ కాల్ బుక్ చేయండి" అంటూ ఫోన్ నెంబర్ ఇచ్చాడు.

"యెస్.టి.డి కోడ్ చెప్పండి"

"0883"

"సరే బుక్ చేస్తాము. టైమ్ పడుతుంది. అందాకా ఇక్కడ కూర్చోండి. కాల్ రాగానే మాట్లాడుదురు. చాలాదూరం నుండి వచ్చి నట్లున్నారు. కాఫీ తాగండి" అంటూ బాయ్ కి కాఫీ చెప్పాడు రిసెప్షనిస్ట్.

హాల్లో సోఫాలో కూర్చున్నాడు.

బ్యాగ్ ఒళ్ళో పెట్టుకొని కూర్చున్నాడు.

తానొక అధికారి. ఎప్పుడూ తప్పు చేయలేదు. తను పంపిన డబ్బు చంద్రం కు అందిందా? ఏం జరిగుంటుంది? తను ఎప్పుడూ ఎవరినీ బాధ పెట్టలేదు. తమ్ముడు చంద్రాన్ని కన్నబిడ్డలా చూసుకుంటున్నాడు. అమ్మా, నాన్నలను ఎంతో ప్రేమగా శ్రద్ధగా చూసుకుంటున్నాడు. వారికోసమే కుటుంబాన్ని హైదరాబాద్ కి మార్చకుండా ధవళేశ్వరంలోనే వుంటున్నారు. కల్యాణి మంచి మనసు గలది. అత్త మామలను తల్లిదండ్రుల వలే చూసుకుంటుంది. వారి అవసరాలను గమనించి సమకూరుస్తుంది. చంద్రాన్ని సొంత తమ్ముడిలా చూస్తుంది. అన్నీ ఎలా వున్నా తనకెందుకు ఇలా జరుగుతోంది. మనశ్శాంతి కరువవుతోంది? సుదీర్ఘ ఆలోచనలో పడ్డాడు.

తన ముందున్న టీపాయ్ పై కాఫీ పెట్టి "సార్ కాఫీ తాగండి" పిలుపుతో బాహ్యప్రపంచంలోకి వచ్చాడు.

కాఫీ కప్పు తీసుకున్నాడు. మెల్లగా సిప్ చేస్తూ తిరిగి ఆలోచనలో పడ్డాడు.

★★★

"ఏరా చంద్రం బాగున్నావా? క్షేమమే కదా? నీకు ఏమి కాలేదుగా. ముందు లోపలకు రా. నీకోసమే ఆదుర్దా పడుతున్నాం" అంటూ చంద్రం చేతిలో బ్యాగ్ తీసుకొని కల్యాణి ఇంట్లోకి చంద్రాన్ని తీసుకొచ్చింది.

"అత్తయ్య, మామయ్య గారు చంద్రం క్షేమంగా వచ్చాడు"

"చంద్రం వచ్చాడు, చూడవే" అంటూ మంచం మీద నుండి లేచి అడుగులు వేసుకుంటూ నాన్న వచ్చారు. అమ్మకు వినపడక పోవడంతో ఏదో అలికిడి అయినట్లుగా అనిపించి మంచం మీద నుండి తలతిప్పి చంద్రం వైపు చూసింది.

వంటింట్లోకి వెళ్ళి మంచినీళ్లు తీసుకొచ్చింది కల్యాణి.

"తాగు చంద్రం, అలసిపోయి వుంటావు" ఆదుర్దాగా లోటా అందించింది.

"ఏంటి వదినా? అమ్మా, నాన్నా నువ్వు కంగారు పడుతున్నారు" అడిగాడు చంద్రం.

"పోతే పోనీ డబ్బులు, వస్తువులు. నువ్వు క్షేమంగా ఇంటికి వచ్చావు అది చాలు"

"ఏమయ్యింది వదినా? డబ్బులు పోవడం ఏంటి? అసలు ఏమి జరిగింది" అమాయకంగా ముఖం పెట్టి అడిగాడు చంద్రం.

"ఏమీ తెలియనట్లు మాట్లాడుతున్నావు? అన్నయ్య పేర, నాపేర పంపిన డబ్బులు అందాయి కదా?"

"డబ్బులు అందడం ఏమిటి? అర్థం కావడం లేదు"

"కలకత్తా హోటల్ రూం లో దొంగతనం జరిగి డబ్బు, బట్టలు అన్నీ తీసుకెళ్లారని తిండికి కూడా డబ్బులు లేవని వెంటనే 40 వేలు పంపమని టెలిగ్రామ్ ఇచ్చావు కదా?"

"దొంగతనం ఏమిటి? నేను మిమ్మల్ని డబ్బు పంపమనడం ఏమిటి? నాకు అర్థం కావడం లేదు" అమాయకంగా చెబుతున్నాడు చంద్రం.

"ఏమిటి చంద్రం నువ్వు మాట్లాడేది? మనవద్ద డబ్బు లేకపోతే సబ్ పోస్ట్ మాస్టర్ బాబూ రావు మీ అన్న స్నేహితుడు కావడంతో డబ్బు మొత్తం సర్దుబాటు చేసి సగం నాపేర మిగిలినది అన్నపేర మని ఆర్డర్ పంపాము. నువ్వు ఎలాగున్నావోనని చూడమని అన్నని సెలవుపెట్టి నీదగ్గరకు పంపాము"

"అంతా ఒట్టిదే నేను బాగున్నాను. సరుకంతా కొనుగోలు చేసి పార్శిల్ చేశాను. నా పై నమ్మకం తో ఈసారి మార్వాడీ అరువుగా కొంత సరుకు ఇచ్చాడు"

చంద్రం ఇంటికి వచ్చాడని తెలియగానే ఆతృతతో సబ్ పోస్ట్ మాస్టర్ బాబూరావు ఇంటికి వచ్చాడు.

మంచం పైనున్న నాన్న వెంకటేశ్వర్లు , అమ్మ మంగమ్మ లేచి హాల్లో వున్న సోఫామీద కూర్చున్నారు.

అసలు ఏమిజరిగిందో ఎవరికీ అంతుబట్టడం లేదు. ఒకరి ముఖాలు ఒకరు చూసుకుంటున్నారు.

ఫోన్ మోగుతోంది.

కల్యాణి ఫోన్ దగ్గరకు వెళ్ళి ఫోన్ ఎత్తింది.

హల్లో కలకత్తా నుండి మాట్లాడుతున్నాము. మీకు కాల్ వస్తోంది కొద్దిసేపు లైన్ లో వుండండి.

కొద్ది క్షణాలకు "హల్లో"అని భర్త శేషగిరి గొంతు వినిపించింది.

కల్యాణికి సంతోషం వేసింది.

"ఎలా వున్నారండి? మీరు అక్కడే వున్నారా?. అబ్బాయి చంద్రం క్షేమంగా ఇంటికి వచ్చాడు"

"చాలా సంతోషం. చంద్రం బాగున్నాడా"

"బాగున్నాడు"

"డబ్బు అందిందటా?" ఫోన్ కి ఎదురు అద్దం లో బ్రిస్టల్ సిగరెట్టు ప్రకటన బోర్డు కనిపిస్తోంది. దాన్ని చూస్తుంటే శేషగిరికి కలుగుతున్న సంతోషానికి హద్దు లేకుండా వుంది.

"లేదండీ తను అసలు డబ్బు అడగలేదంట. టెలిగ్రామ్ కూడా తను ఇవ్వలేదని చెప్పాడు. అయిందేదో అయింది. మీరు అక్కడనుండి వెంటనే బయలుదేరి ఇంటికి వచ్చేయండి. చంద్రం క్షేమంగా ఇంటికి చేరాడు. అంతకంటే ఇంకేమి కావాలి" అంటూ కల్యాణి ఫోన్ పెట్టేసింది.

శేషగిరికి అద్దంలో కన్పిస్తున్న సిగార్ ప్రకటన క్రమేణా అదృశ్యం అవుతోంది ట్రైన్ లో తనతో కలిసి ప్రయాణించిన రాజ్ మంగళ్ సింగ్ కనిపిస్తున్నాడు. కుటుంబ విషయాలు అతడితో అమరికలు లేకుండా పూస గిచ్చినట్లు చెప్పడం గుర్తుకొస్తోంది.

"మీరు బోళాగా మాట్లాడడం మానుకోండి. ఇంటి గుట్టు రహస్యంగా వుంటేనే మనకు మర్యాద" ఒకప్పటి కల్యాణి మాటలు ఇప్పుడు తన మెదడుకు అర్థమవుతోంది.

ఫోన్ పెట్టి హోటల్ బయటకు వచ్చి నిలబడ్డాడు. జేబులోని ప్యాకెట్ లో నుంచి సిగరెట్టు బయటకు తీసి రెండు పెదవుల మధ్య వుంచాడు. అగ్గిపెట్టెతో వెలిగించాడు. ఒక్కదమ్ముతో సిగరెట్టు అంతా దాదాపు కాలిపోయింది. మిగిలిన పీక బయటకు తీసి తలయెత్తి బ్రిస్టోల్ ప్రకటన్ బోర్డు చూస్తూ పెదవులు గుండ్రంగా చేసి పొగ బయటకు ఊదుతున్నాడు. చుట్టలు చుట్టలుగా తిరుగుతూ వలయాలుగా ఏర్పడి ప్రకటన బోర్డు వైపు బ్రిస్టల్ సిగరెట్టు ప్యాకెట్ ను చుట్టు ముడుతూ అదృశ్యమవుతున్నాయి.

శేషగిరి అలానే చూస్తూ నిలబడిపోయాడు.

రెండు ముళ్లు-నాలుగడుగులు

పల్లెటూరి వాతావరణం మార్పుకు మనసు అంగీకరించక శివరామ సుబ్బయ్య పుట్టి పెరిగిన పల్లెటూరు లో శేష జీవితం వెళ్ళ బుచ్చాలనుకున్నాడు. అది మూడు నాళ్ళ ముచ్చటే అయింది. భార్య నాంచారమ్మ మరణించడంతో, ఒంటరి జీవితం కొనసాగించడం కష్ట తరంగా మారడంతో, మనసు రాయి చేసుకొని, గత అనుభవాలను మరచి, న్యూ ఢిల్లీలో నివసిస్తున్న తన ఏకైక కుమారుడు సుబ్బారావు వద్ద అయిష్టంగానే అతి కష్టంగా కొన్నాళ్లు ఊపిరి బిగబట్టి కాలక్షేపం చేశాడు.

అలా ఎన్నో రోజులు సాగలేదు. తనకు కావలసిన మందులు అయిపోయాయని ముందుగా చెప్పాలని, తను వండిన కూరలే తినాలని, కాఫీ, టీలు నిషిద్ధమని, జిహ్వా చాపల్యాన్ని నియంత్రించుకోవాలని, పగలు నిద్ర కూడదని, ఖాళీగా వుండకూడదని, చెప్పిన పనులన్నీ మారు మాటలాడకుండా చెయ్యాలని, శనివారం ఉపవాసం తప్పని సరని, కోడలు సరోజ ఆదేశించే, విధించే ఆంక్షల గిరిలో ఇమడలేక, భరించలేక తన ఊరికి సమీపం లో వున్న వృద్ధాశ్రమానికి చేరుకున్నాడు.

వయోభారం ఎక్కువైపోతోంది. మరొక రెండు సంవత్సరాలు గడిస్తే శతవసంతం పూర్తవుతుంది. అప్పటిదాకా బతుకు తానో, లేదోనని, మాటి మాటికీ ఎడమ చేతి వేళ్ళను ముక్కు కింద పెట్టుకొని శ్వాస చూసుకుంటూ కాలంతో కాలక్షేపం చేస్తున్నాడు శివరామ సుబ్బయ్య.

ఉద్యోగ విరమణ సమీపించడంతో మానసికంగా సుబ్బారావు సిద్ధమవుతున్నాడు. సరోజకు అత్యంత ప్రీతిపాత్రుడు. జీవనం సుఖంగా గడిపేస్తున్నాడు. ప్రభుత్వ ఉద్యోగం తన మేధస్సు వల్ల, సరోజ వంటి భార్య తండ్రి శివరామ సుబ్బయ్య వల్లేనని మురిసి పోతుంటాడు.

పడక సుఖం నుండి సర్వం సమయానికి, రుచిగా, శుచిగా శుభ్రంగా అన్నిటినీ సమకూరుస్తుంది. ఉదయం కళ్ళు తెరవగానే తన బుగ్గలపై ముద్దుల వర్షం కురిపించగానే తనను ఎక్కడా కననీ, వినని, చూడని లోకాలకు తీసుకవెళ్తుంది. బెడ్ కాఫీ చేతికిస్తుంది. వయసు పైబడుతున్నప్పటికీ యవ్వన జీవితాన్ని ఆస్వాదిస్తూ ఆరాధిస్తూ తరతరాల వారసత్వంగా ఏక మగ సంతానానికి కారకుడయ్యాడు.

అత్త, మామ, బావమరిది ఢిల్లీ వచ్చి నెలల తరబడి తన ఇంట్లో గడుపుతుంటే సంతోష పరవశుడై పోతుంటాడు సుబ్బారావు. ఆఫీసులో ఉద్యోగం, ప్రమోషన్లు, రెండవచేతి సంపాదన బాగానే ఉండటంతో, అద్దె ఇంట్లో వుండే ప్రమాదం తప్పింది. సరోజ తప్ప మరొకరు తనకు అంత ముఖ్యం కాదు. ఎవరితోనూ అనుబంధం అవసరం కనిపించక, ఆప్యాయతల కోసం పరితపించక, తాను అనుభవిస్తున్నదే సుఖమైన జీవనమని కాలం గడిపేస్తున్నాడు. శ్రీధర్ చదువు గూర్చి కూడా పట్టదు. సరోజే సర్వస్వం అయినపుడు తన మెదడుకెందుకు శ్రమ కలిగించాలి. గతకాల స్మృతులకు ప్రాధాన్యత ఇవ్వని జీవితం కొనసాగించడం సుబ్బారావు నైజం.

ప్రశ్నించే వారికి సమాధానం చెప్పక చిరునవ్వుతో మిత సంభాషణను అలవరచుకున్న ఫలితం. తనకు IIT ముంబయిలో సీటు వచ్చిందని శ్రీధర్ చెప్పేవరకు కొడుకు చదువు గూర్చి సోయలేని సుబ్బారావు నవ్వు తో సమాధానమిచ్చాడు. సరోజ చక్కెర డబ్బా మూత తీసి కాస్త గుప్పెట్లోకి తీసుకొని శ్రీధర్ నోటి నిండా కుక్కి ఆనందాన్ని, సంతోషాన్ని తెలిపింది.

శ్రీధర్ చదువు ఎప్పటికి పూర్తవుతుంది. భర్త ఉద్యోగం చివరి అంకంలో వుంది. మిగిలిన కాలాన్ని తన ఎడమ చేతిని బాగా వినియోగించమని ఒత్తిడి చేస్తోంది. అప్పులు లేకుండా శ్రీధర్ చదువు పూర్తి అవుతుంది. సాఫ్ట్ వేర్ ఉద్యోగం వస్తే లెక్కించడానికి రెండు చేతి వేళ్ళు నొప్పి పుట్టేంత డబ్బు సంపాదిస్తాడు. తన భోగాలకు, విలాసాలకు అధికారాలకు ఎలాంటి ఢోకా ఉండదనే సంతోషం సరోజను ఉక్కిరి బిక్కిరి చేస్తుంది.

సుబ్బారావు జడ పదార్థం. ఆలోచనలు లేకుండా సరోజవైపే చూస్తూవున్నాడు. కాలం ఎవరికోసం ఆగదనే విషయం తెలుసు. సరోజకు మాత్రం కాలం గిర్రున తిరిగి, కొడుకు చదువు పూర్తి కావాలి, పెద్ద ఉద్యోగం చేయాలి, సంపాదనంతా తన చేతిలో పెట్టాలి. ఆలోచనల మెరుపు సరోజ మెదడులోకి వచ్చింది.

★★★

శివరామ సుబ్బయ్య కు వయసు పెరుగుతున్నా అన్ని పనులు తనకు తానే చేసుకోవడం, పక్క గదిలో ఉన్న షణ్ముఖంకు సాయపడుతూ కాలచక్రాన్ని బలవంతంగా తిప్పుకుంటున్నాడు. ఆనారోగ్యం తనకు గుర్తుకురావడం లేదు. కొడుకు, కోడలు, మనుమడిని తలచుకుంటే మెదడు మొద్దుబారి పోతోంది. పాత తరం మనిషి కావడంతో మనసుకు మందులేదని నిశ్చయించుకొని, తోటి వృద్ధులతో కాల క్షేపం చేస్తున్నాడు. మనసులో ఆలోచనలు ఆగడం లేదు. నియంత్రించుకోవడం అసాధ్యంగా ఉంది.

భార్య నాంచారమ్మ అభిప్రాయం తెలుసుకోకుండానే సుబ్బారావుకు సరోజతో వివాహం నిశ్చయించి, జరిపించాడు. వియ్యపువారు లాంఛనాలు తమకు ఇవ్వాలని మనసులో ఉన్నా భేషజానికి వదులుకున్నాడు. కొడుకు ఢిల్లీలో ఉద్యోగం ముందు శివరామ సుబ్బయ్య కంటికి మిగిలినవేవీ పెద్దదిగా కనిపించలేదు. వివాహం తదుపరి సరోజ అసలు రూపం తెలిసిరాలేదు. మనసు ఎంత సముదా యించుకున్నా, దిగ మింగి నిబ్బరంగా ఉండడం తన తరం కావడం లేదు. నాంచారమ్మ చెప్పే ధైర్యపు మాటలు కూడా పని చేయలేదు.

సరోజకు భర్త ఉద్యోగమొక్కటే కనిపిస్తోంది. అత్తమామలు లెక్కలో లేరు. ఇంట్లో ఉన్నది కొద్ది రోజులైనా నాలుగు తరాలకు సరిపడా గుర్తుండే సరోజ ప్రవర్తన. శివరామయ్య, నాంచారమ్మలు గుండె దిటవు చేసుకొని ఊపిరి బిగబట్టి పదహారు రోజుల పండుగ దాకా భరించారు .

సరోజ, సుబ్బారావులు ఢిల్లీకి వెళ్లిపోవడంతో సుడిగుండాల నుండి బయటపడి నట్లు ఊపిరి పీల్చుకొన్నారు శివరామ సుబ్బయ్య, నాంచారమ్మలు.

పెళ్లి సంబంధం ఖాయపరచుకొనే ముందు అటు ఏడు తరాలు, ఇటు ఏడు తరాలు చూడమన్నారు. విషయం చెబితే కసురుకోవడమేగాని, వాస్తవాన్ని పెడచెవిన పెట్టడం వల్లెకదా మనం ఇన్ని కష్టాలు భరించాల్సివస్తుందన్న నాంచారమ్మ మాటలకు అంతేనంటావా? ఎవరి అభిప్రాయం వారిదని శివరామ సుబ్బయ్య తేలికగా తీసుకున్నంతగా లేదు వాస్తవం.

★★★

ఉన్నట్టుండి గొంతు నొప్పితో దగ్గడం, కఫం ఎర్రగా కనపడడంతో శివరామ సుబ్బయ్యలో కంగారు, భయం మొదలయ్యాయి. నూరు వసంతాలు నిండక మునిపే అలా జరగడానికి వీలు లేదని, మనుమడి వివాహం కళ్లారా చూడాలనే ఆశ నెరవేర్చు కోవాలని, మనసులో మాటను కొడుకు సుబ్బారావు కు సుదీర్ఘమైన ఉత్తరం ద్వారా తెలియచేసి,

జవాబుకై ఎదురుచూస్తూ, అనారోగ్యంతోనే కాలం వెళ్ళబుచ్చుతు న్నాడు శివ రామ సుబ్బయ్య.

కొడుకు పెళ్లి ప్రతిపాదన సరోజ మనసుకు నచ్చలేదు. ఆలోచనలో పడింది. కుమారుడికి ఎప్పుడైనా పెళ్లి చేయాల్సిందే, మామయ్య కోరిక మన్నించి వివాహం జరిపిస్తే బ్యాంకు లాకర్లలో బాండ్లు, బంగారం, ఎకౌంటులో మూలుగుతున్న డబ్బు శివరామ సుబ్బయ్య ఇస్తానన్న విషయమే పెళ్లి వైపు మొగ్గు చూపుతోంది. సదరు ప్రతిపాదన భర్త సుబ్బారావు ముందు, ఉంచితే చిరునవ్వు తప్ప మరొక సమాధానం రాలేదు, వస్తుందని సరోజ ఆశించలేదు.

ఐఐటి మొదటి సెమిస్టర్ పూర్తయి సెలవులకు ఇంటికి వచ్చిన శ్రీధర్ వద్ద పెళ్లి ప్రస్తావని తెస్తే, కోపమంతా పోగుచేసి అమ్మపై మాటల తూటాలతో చెలరేగిపోవడం, కొడుకు ప్రవర్తన సరోజ కళ్ళు బయర్లు కమ్మి ఆందోళనతో సోఫాపై వాలింది. ఇప్పుడే తన మాట వినకపోతే, ఉద్యోగం... సంపాదన... ఆలోచిస్తుంటే మెదడు మొద్దు బారడం మొదలైంది.

★★★

నువ్వే అబ్బాయిని ఒప్పించాలని సరోజ మాటలు సుబ్బారావు మెదడుకు ఏం చేయాలో, ఎలా చేయాలో బోధపడటం లేదు. మొదటి సంవత్సరం చదువు కూడా పూర్తి కాకుండా వివాహం చేయటం ఏంటని ప్రశ్నించడం మాని, శ్రీధర్ ని వివాహానికి ఒప్పించే ప్రయత్నం మొదలు పెట్టాడు.

మారు మాట్లాడకుండా నాన్న చూసి ఖాయం చేసిన సరోజను వివాహం చేసుకున్నాడు సుబ్బారావు. శ్రీధర్ తన మాట కాదంటాడా? అదీకాక తన వైవాహిక జీవితంలో మొట్ట మొదటి సారి సరోజ తనకు పెద్ద బాధ్యత అప్పజెప్పింది. దాన్ని నిలబెట్టుకోవాలి. ఆలోచనలతో సుబ్బా రావు గదిలో వున్న శ్రీధర్ దగ్గరకు వెళ్ళి భుజంపై చేయి వేశాడు.

మా నాన్న ఖాయం చేసిన సంబంధం మారు మాట్లాడకుండా చేసుకున్నాను. గత అనుభవాలు, గత స్మృతులు శ్రీధర్ కు చెప్పడం పూర్తి చేశాడు. శ్రీధర్ మౌనంగా చికాకుగా తన భుజంపై వేసి ఉన్న తండ్రి చేతులను విసురుగా తోసేసి అక్కడనుండి బయటకు వచ్చి, బ్యాగ్ సర్దుకొని ఇంటి బయటకు వెళ్లిపోయాడు. సోఫాలో కూర్చున్న సరోజ హాల్లోకి వచ్చిన సుబ్బారావు వెళ్లిపోతున్న శ్రీధర్ ని చూస్తూ నిశ్చేష్టులయ్యారు.

★★★

కోపం తాత్కాలికం, రోజులు గడిచేకొలది కోపం ఆవిరవుతుందని, తన మాట తప్పక వింటాడని సరోజకు రోజు రోజుకి నమ్మకం ఏర్పడుతోంది. చిన్నప్పటినుండి తన మాట ఎన్నడూ కాదనలేదు. ధైర్యంతో సంబంధాలు వెదకడం ప్రారంభించింది. ఆస్తిపరులైన అమ్మాయి కోసం అన్వేషణ ఫలితమే కోనసీమలో పది ఎకరాల కొబ్బరి తోట, బెంగళూరులో విల్లా, కేజీకి పైగా బంగారం, బోలెడంత చరాస్థికి ఏకైక వారసులైన సుజాత. శ్రీధర్ కు సరైన జోడనే నిర్ణయానికి వచ్చింది సరోజ. మిగిలిన లాంచనాలు ఖాయం చేసుకొని మామయ్య గారైన శివరామ సుబ్బయ్యకు ప్రేమ ఆప్యాయతల వ్యవసాయ భూమిలో పండిన అక్షరాల అత్తరులతో కూడిన ఉత్తరం భర్త సుబ్బారావుతో రాయించింది.

ఉత్తరమందుకున్న శివరామ సుబ్బయ్య ఆనందంతో రోజంతా ఏమీ తినకుండా, తాగకుండానే సమయం గడిపేసాడు.

వివాహ ప్రతిపాదన మెల్లగా, సౌమ్యంగా శ్రీధర్ కు తెలియజేసింది. వీడియో కాల్లో సుజాతను చూసి పెళ్ళికి తల ఊపడం, తల్లి మాట జవదాటని కుమార రత్నాన్ని చూసిన సరోజ కు గర్వంగా అనిపిస్తోంది.

కుమారుని అంతరంగాన్ని గమనించకుండా పెళ్లికి తగు ఏర్పాట్లు మొదలు పెట్టింది సరోజ.

మనవడి వివాహం చూసి ప్రశాంతంగా తనువు చాలించవచ్చనే ఆశతో శివరామ సుబ్బయ్య ఢిల్లీ లోని కొడుకు ఇంటికి వచ్చాడు. సరోజ ఆంక్షలకు తలవంచుకొని మౌనంగా మనసులో సమర్ధించుకొని ఊపిరి బిగ పట్టుకుని ఉన్నాడు. గతంలో రౌద్రం, కటువు గా ప్రవర్తించే సరోజ తీరు లో మార్పు గోచరిస్తోంది. శివరామ సుబ్బయ్యకు కాసింత కొత్తగా అనిపిస్తోంది. సరోజ అవసరం అలాంటిది మరి.

★★★

శ్రీధర్ తో బాటు తన స్నేహితుడితో కలసి పలకరింపులు లేకుండా ఇంట్లోకి ప్రవేశించి రెండో అంతస్తులోని గదిలోకి వెల్తూ ఉండడం, చివరి మెట్టు ఎక్కే వరకు కళ్ళు ఆర్పకుండా గమనిస్తున్న శివరామ సుబ్బయ్య మనసులో కలిగిన సందేహానికి సమాధానం దొరికీ దొరకనట్లుగా ఉంది.

శ్రీధర్ ఆలోచనలు, అతడి మనసులో కలుగుతున్న సంతోషం మరెవ్వరికి తెలిసే అవకాశం లేదు. తెలుసుకోవాలనే శ్రద్ధ సరోజ, సుబ్బారావులకు గాని లేదు. శివరామ సుబ్బయ్యకు మాత్రం శ్రీధర్ ని పలకరించాలని, మాట్లాడాల నిపించినా సాధ్య పడడంలేదు.

శ్రీధర్ ముఖంలో పెళ్ళికళ తప్పినట్లుంది. సరోజకు ఇవన్నీ పట్టించుకునే సమయం, ఓపిక లేదు. దృష్టంతా తనకు సొంతం కానున్న ఆస్తి మాత్రమే. శ్రీధర్ తన స్నేహితుడి కోసం, ఇంటికి సమీపం లోని హోటల్ రూం బుక్ చేశాడు.

★★★

పెళ్లి సంబరానికి వస్తున్న బంధు మిత్రులను కళ్యాణ మండపం ప్రధాన ద్వారం దగ్గర నిలబడి సుబ్బారావు స్వాగతిస్తున్నాడు. సరోజ కళ్యాణ వేదిక వద్ద హడావుడిగా ఉంది.

శివరామ సుబ్బయ్య కళ్యాణ వేదికకు మూలన వాలు కుర్చీలో కూర్చుని శ్వాస గట్టిగా పీలుస్తూ ఒడులుతూ కూర్చున్నాడు.

ముహూర్తం సమీపించడంతో కళ్యాణ వేదిక పైకి సుజాతను తోడ్కొని పెళ్లి పీట పై కూర్చోబెట్టారు. చూపరుల దృష్టంతా సుజాత వైపే ఉంది. పౌరోహితులు పూజా కార్యక్రమాలు నిర్వహిస్తున్నారు.

కొద్దిసేపటికి శ్రీధర్ ను కళ్యాణ వేదిక పైకి తీసుకుని వచ్చి పెళ్లి పీటలపై కూర్చోబెట్టారు. పెళ్ళికొడుకు ముఖంలో జీవ కళ కనిపించక పోవడంతో అసలు సంసారానికి పనికి వస్తాడా అని బంధు, మిత్రుల మధ్య గుస గుసలు వినిపిస్తున్నాయి.

ఇద్దరి మధ్య యవనిక ను ఇద్దరు అవివాహిత యువతులు పట్టుకొని పెళ్లి కుమార్తె అందాన్ని చూస్తున్నారు. మంత్రాలు ఆధ్యాత్మిక ఊహాలోకంలోకి తీసుకెళ్తున్నాయి. వివాహ ముహూర్తం సమీపించడంతో జీలకర్ర బెల్లం అద్దిన తమలపాకులను పౌరోహితుడు శ్రీధర్, సుజాతల చేతికి యవనిక కింద నుంచి అందించాడు.

ఒకరికి మరొకరు కనిపించకుండా యవనిక కింద నుండి ఒకరి తలపై మరొకరు ఉంచండని చెప్పి, కుడిచేతిని పైకి ఎత్తి పౌరోహితుడు సైగ చేయగానే, మంగళ వాయిద్యాలతో మండపం మారు మోగిపోతోంది.

శ్రీధర్ చెయ్యి సుజాత తలపై పెట్టినట్టు గా అనిపించలేదు. సుజాత తల ఎత్తి చూడటానికి చేసిన ప్రయత్నం ఫలించక పక్కకు తిరిగి చూస్తోంది. పక్కనున్న బంధువు ఏమైంది? ఏం జరిగిందని సైగలు చేస్తోంది.

అగస్మాత్తుగా శ్రీధర్ నిలబడటం, తన స్నేహితుడు బలరాం పక్కకు వచ్చి నిలబడటం జీలకర్ర బెల్లం అద్దిన తమలపాకు బలరాం తలపై అద్దాడు. జరిగిన పరిణామానికి వేదికపై వున్నవారంతా అవాక్కయ్యారు. సరోజ కు అక్కడ ఏమి జరుగుతోందో అర్థం కాక భర్త సుబ్బారావు వైపు చూస్తోంది. లిప్త పాటులో తలంబ్రాల పళ్ళెం లో ఉంచిన తాళిని తీసుకొని

బలరాం మెడలో శ్రీధర్ రెండు ముడులు వేసేటప్పటికి, అక్కడ ఉన్న మత్తయిదువు శ్రీధర్ చేతిని పట్టుకుని కిందకు గుంజింది.

వేదికపై మూలగా కూర్చొని గమనిస్తున్న శివరామ సుబ్బయ్య మెదడులో గతంలో కలిగిన సందేహానికి సమాధానం అనాగరికంగా తోచడంతో, అప్రయత్నంగా కళ్ళు మూతలు పడుతూ, హృదయ స్పందన తగ్గుతూ, కనిపించని ఊపిరి క్రమ క్రమంగా వెళ్లి పోతోంది. నూరు వసంతాలు ముందే ముగిశాయి.

సుజాత నిలబడి శ్రీధర్ వైపు ఆర్ధత నిండిన కళ్ళతో చూస్తూ నిలబడింది. అర్థం చేసుకోవడానికి సమయం పట్టింది. సరోజ, సుబ్బారావులు శ్రీధర్ వైపు చూస్తున్నారు. ఏం జరిగిందో బోధపడేలోగా శ్రీధర్, బలరాం లు కలసి నాలుగు అడుగులు వేసి వేదిక నుండి కిందకు దిగి, కళ్యాణమండపం ప్రధాన ద్వారం వైపు నడక సాగడం, సరోజ కళ్ళల్లో మసక బారిన నలుపు తెలుపు రంగుల ఇంద్రధనస్సు కనిపిస్తూ ఉంది.

(కస్తూరి విజయం వారి "**తిరగబడ్డ ఉచ్చు**" కథా సంకలనంలో ప్రచురితమైనది)

తోటకూర

"ఈ మార్కులు ఏంటి? ఎందుకు పనికి వస్తాయి. ఇలానే చదివితే నిన్ను స్కూలు మాన్పించి గొడ్లు కాయడానికి పంపుతా"

అరగంట నుండి అమ్మ తిట్లు వింటూ చేతులు కట్టుకొని తలదించుకొని మౌనంగా నేలవైపు చూస్తున్నాడు. ఈసారి అమ్మ కోపగింపులు పూర్తికాకముందే కళ్ళు తిరిగి పడిపోయే కిందకు పడిపోయేలా ఉన్నాడు సంతోష్.

"నిన్ను కనకుండా వున్నా సరిపోయేది. ఇవన్నీ చూడకూడదని ముందుగానే వెళ్లిపోయాడు మీ నాన్న. నిన్ను, నన్ను పైనుంచి చూస్తున్నాడు. ఇకనుంచైనా బుద్ధిగా చదువు. పాసు మార్కులొస్తే లాభం లేదు. ఇదే నీకు చివరిసారి చెబుతున్నా.. మరొక్క సారి ఇలా...." అమ్మ కోటేశ్వరమ్మ తిట్లు వింటూనే కళ్ళు తిరిగి నేలపై పడిపోయాడు.

గాబరా పడకుండా నెమ్మదిగా కోటేశ్వరమ్మ లోటాతో నీళ్ళు తెచ్చి ముఖంపై కాసిని చల్లి, కూర్చోబెట్టి మిగిలిన నీళ్ళు సంతోష్‌తో తాగించి, వీపుపై తడుతూ భుజం పట్టుకొని పైకి లేపి నిలబెట్టింది.

సంతోష్ మనసులో కలుగుతున్న అలజడి ని కోటేశ్వరమ్మ గమనించ లేకపోతోంది. ఓపిక తెచ్చుకొని మెల్లగా అడుగులు వేసుకుంటూ హాల్లో సోఫాపై కూర్చున్నాడు.

"తాగు, మధ్యాహ్నం అన్నం తిన్నట్లు లేదు" అంటూ హార్లిక్స్ కలిపిన పాలు లోటాలో తీసుకొచ్చి చేతికందించింది.

సంతోష్ లోటా తీసుకోవడమే తరువాయి గట గటా తాగి లోటా అమ్మ చేతికిచ్చాడు.

'ఈ రోజు మధ్యాహ్న భోజనం ఎలావుందో ఏమో, తిని ఉండదు' మనసులో అనుకొని సోఫా పైనుండి లేచి ఇంటి బయటకు నడచి వెళ్తున్న సంతోష్ వైపు కన్ను ఆర్పకుండా చూస్తూ ఉంది.

"పిల్లల్ని పెంచడం అంటే కళ. వాళ్ళు పెరిగి పెద్ద అయ్యాక మనపై ఆధారపడకుండా బతకగలిగేట్లు వాళ్లను తయారు చెయ్యాలి" భర్త వెంకటరావు మాటలు చెవులలో రింగు మంటున్నాయి.

ప్రయోజనం ఏముంది. ఎంతగా బాధపడినా గతించిన విషయాలు, సంఘటనలు తిరిగి సాధారణ స్తాయికి వస్తాయా? గతించిన కాలానికి గుర్తులను చెరపడం ఎవరికి సాధ్యం.

తనని, ఏడవ తరగతి చదివే పిల్లాడిని ఒంటరిని చేశాడు.

తను పోస్ట్ గ్రాడ్యుయేట్ చదువుకున్నా ఉద్యోగం దొరక్క చిన్న చిన్న వ్యాపారాలతో జీవితాన్ని గడపడం అలవర్చుకున్నాడు.

ఎనిమిదోతరగతిలోనే చదువుకు స్వస్తి చెప్పిన తనను, కట్నం ఆశించకుండా ఆదర్శ వివాహం చేసుకున్నాడు.

కాలక్రమేణా సొంత ఇల్లు సమకూర్చాడు. కొడుకుని బాగా చదివించాలి, వాడి కాళ్ళ పై వాడు నిలబడేలా తయారు చెయ్యాలి అని ప్రభుత్వ ప్రాథమిక పాఠశాలలో చేర్పించాడు. ఐదవతరగతి పూర్తి కాగానే జిల్లా పరిషత్ హై స్కూల్ లో చేర్పించాడు.

సంతోష్ ఒక మాదిరిగా చదువుతాడు. బాగా చదవమని వత్తిడి చెయ్యద్దంటాడు. ట్యూషన్లు వద్దని, తనకు తాను అన్ని విషయాలను అవగాహన చేసుకోనివ్వాలని, క్రమశిక్షణ తనంతట తానే అలవరచు కోవాలని చెప్తుండేవాడు.

ఆర్థికంగా బాగా నిలదొక్కుకునే సమయానికి అర్థాంతరంగా తనువు చాలించడంతో భర్త చెప్పిన మాటలకు అనుగుణంగానే సంతోష్ ని పెంచుతోందని భావిస్తోంది.

కోపాన్ని జయించడం, సౌమ్యంగా సముదాయించడం ఎంత ప్రయత్నించినా కోటేశ్వరమ్మ వల్ల కావడం లేదు. కటువు ప్రవర్తించే పద్ధతిలో మార్పు కోసం ప్రయత్నించినా కుదరడం లేదు.

పూర్తి స్వేచ్ఛ ఇస్తే, ఎక్కడ చెడు స్నేహాలతో పాడైపోతాడేమోనని ప్రతి క్షణం కొడుకు గూర్చి ఆలోచన చేస్తూ మనసులో ఆందోళన చెందుతూ వుంటుంది. కొడుకుని వ్యాపారం లో పెడదామంటే భర్త కోరిక మేరకు కనీసం డిగ్రీ వరకైనా చదివించడం తమ బాధ్యతని, తదుపరి వాడిష్టానికే వదిలేద్దాం, అని పదే పదే తనతో అంటుండేవాడు.

గత స్మృతులతో కోటేశ్వరమ్మ మనసంతా భర్త వెంకటరావు, కొడుకు సంతోష్ భవిష్యత్తు ఆలోచనలతో నిండిపోయింది.

కాలం గడచి పోతోంది.

★★★

"తలుపులు వేసుకో. ఎవరు తలుపు తట్టినా గడియ తీయకు. అమెజాన్ నుండి పార్సిల్ వస్తే తీసుకొని డైనింగ్ టేబుల్ పై పెట్టు. ఫ్రిజ్ లో పాలు వేడి చేసుకొని తాగు. ఎక్కువ సేపు మొబైల్ చూడకు... ఎనిమిది గంటలకల్లా తిరిగి ఇంటికి వస్తాను" తెలిసిన వారి గృహ ప్రవేశం వేకువజాము కావడంతో వారి ఇంటికి బయలుదేరుతోంది. సంతోష్ ని తనతో తీసుకెళ్ళితే స్కూలుకెళ్లడం ఇబ్బందిపడతాడు. అందుకని సంతోష్ ని తనతో తీసుకెళ్ళడం ఇష్టంలేక ఇంట్లోనే వుండమని జాగ్రత్తలన్నీ చెప్పుకుంటూ పోతోంది కోటేశ్వరమ్మ.

వేకువజాము కావడంతో కనులు తెరిచీ తెరవనట్లు అర్థమయినట్లు మౌనంగా తలవూపాడు.

"నోరు ఏమయ్యింది. మాటతో చెప్పలేవా? ఎన్ని సార్లు చెప్పాలి. నువ్వేమన్నా చిన్నపిల్లవాడి ననుకుంటున్నావా?" ఆందోళనతో, కోపంగా హెచ్చరిస్తోంది.

సంతోష్ నుండి మౌనమే అన్నిటికీ సమాధానమవుతోంది.

చేతి సంచి తీసుకొని ఇంటి బయట వున్న ఆటో ఎక్కింది కోటేశ్వరమ్మ.

వాకిట్లో నిలబడి అమ్మకు 'బాయ్' చెప్పి లోపలకు అడుగులేస్తూ తలుపేసి, గడియ పెట్టాడు సంతోష్.

'తనని రోజూ అది చెయ్యి, ఇది చెయ్యి, అలాకాదు, ఇలా చెయ్యాలని పదే పదే తనను అమ్మ హెచ్చరిస్తూనే వుంటుంది' మనసులో అనుకొంటూ హాల్లోకి వచ్చి సోఫా పై వెల్లికలా పడుకున్నాడు.

కొద్ది క్షణాలు గడిచాయో లేదో సంతోష్ పక్కనున్న మొబైల్ మోగుతోంది.

ఫోన్ వైపు చూశాడు.

"అమ్మా" అంటూ అసహనంగా పలకరించాడు.

"ఏంటి ఆన్లైన్ లో వున్నావు? మొబైల్ చూడద్దని చెప్పానా?"

"మొబైల్ చూడడం లేదమ్మా"

"వాట్స్ అప్ చూస్తే ఆన్ లైన్ లో వున్నట్లు కన్పిస్తుంటే బుకాయిస్తావు? మొబైల్ ఆఫ్ చేసి ఏదైనా పుస్తకం తెరచి చదువు. సరేనా?"

"అలానే అమ్మ"

"ఏ పుస్తకం చదువుతావు"

"ఏ పుస్తకం చదవమంటే ఆ పుస్తకం చదువుతాను"

“అన్నీ నేనే చెప్పాలి. సరే, ‘వేమన శతకం’ చదువు”

“అలానే అమ్మ”

“చదవడం కాదు నేను తిరిగి ఇంటికి వచ్చేటప్పటికి ఒకటి, రెండు పద్యాలైనా అప్పజెప్పేలా వుండాలి”

“ఏ పద్యాలు”

“పుస్తకంలో మొదటి, చివరి పద్యాలు”

“సరే అమ్మ”

“గుడ్. ఇక వుంటాను. ఒక్కడివే ఇంట్లో వున్నావు జాగ్రత్త”

“అలానే అమ్మ...బాయ్”

మొబైల్ వైపు మరొక సారి మగతగా చూశాడు.

వాస్తవానికి సంతోష్ కు మొబైల్ వాడే అలవాటు తక్కువ. ఇంట్లో ఒక్కడు వున్నా, అమ్మతో కలసి వున్నా నిదానంగా సౌమ్యంగా వుంటాడు. మిత భాషి.

అయినా క్షణం క్షణం అమ్మ తనని ప్రశ్నిస్తూ, హెచ్చరిస్తూనే వుంటుంది.

తనలో వున్న లోపం గూర్చి ఎంత ఆలోచించినా బుర్రకు అర్థం కావడం లేదు.

సోఫాపైనుండి లేచి వాష్ రూం కెళ్ళి కాలకృత్యాలు తీర్చుకున్నాడు.

ఫ్రిజ్ తలుపు తీసి పాలు బయట పెట్టాడు. స్టౌ వెలిగించి గిన్నెలో కొన్ని పాలు పోసి, మిగిలిన పాలు ఫ్రిజ్ లో తిరిగి పెట్టాడు.

వేడి కాగానే హార్లిక్స్ కలుపుకొని పెద్ద కప్ లో పోసుకొని సోఫా పై కూర్చొని రెండు చేతులతో కప్ ని పట్టుకొని మెల్ల మెల్లగా తాగాడు.

కప్పు శుభ్రం గా కడిగి కిచెన్ లో బోర్లా పెట్టి, బెడ్ రూం లో తన బుక్ షెల్ఫ్ దగ్గరకు వెళ్ళి వేమన పద్యాల పుస్తకాన్ని తీసుకొని, తిరిగి సోఫా పై కూర్చొని పుస్తకం తెరిచాడు.

సోఫా మెత్తగా అనిపించడం తో పడుకొని చదువుకోవాలని, నడుము వాల్చి వెల్లకిలా పడుకొని పుస్తకాన్ని రెండు చేతులతో తెరచి పేజీ లు తిప్పుతున్నాడు.

మొదటి పద్యం పెద్దగా నాలుగైదుసార్లు చదివాడు. కళ్ళుమూసుకొని అప్పజెప్పగలిగాడు. తాత్పర్యాన్ని కూడా చదివాడు.

చివరి పేజీ లోని పద్యం కూడా నాలుగైదు సార్లు, తాత్పర్యం తో చదివాడు.

అమ్మ తనను వీటిని ఎందుకు చదవమందో అర్థం కాకున్నా, అమ్మ చెప్పిన మాట తప్పకుండా పాటించడంలోని ఆనందాన్ని సంతోష్ ఆస్వాదిస్తుంటాడు. తనకు తెలియని మాధుర్యం అమ్మ మాటలలో గోచరిస్తూ వుంటుంది. అమ్మకు మారు చెప్పక పాటించడం అలవాటుగా మారింది.

ఆలోచనలతో నిద్రలోకి జారుకున్నాడు సంతోష్.

కాలం గడుస్తోంది. బజారులో నుంచి వాహనాల రొద, సామానులు అమ్ముకొనే వారి కేకలు ఇంట్లోకి వినిపిస్తున్నాయి.

కాలింగ్ బెల్ శబ్దం తో మెలుకవ వచ్చి సోఫామీదనుండి లేచి తాళం తీసి తలుపు తెరచి చూశాడు.

"బాబు, కోటేశ్వరమ్మ పేరుతో పార్శిల్ వచ్చింది"

"నన్ను తీసుకొమంది అమ్మ"

"ఇక్కడ సంతకం పెట్టు"

కాగితాలపై సంతకం పెట్టి, పార్శిల్ తీసుకొని డైనింగ్ టేబుల్ పై పెట్టాడు.

అమ్మకోసం ఎదురు చూస్తున్నాడు.

"అమ్మా...కూరలు...ఆకుకూరలు..." సన్నటి గొంతుతో కేక వినిపిస్తోంది.

మరలా అలానే కేక వినిపించడంతో సంతోష్ వాకిలి దగ్గరకు వచ్చి చూశాడు.

బుట్ట తలపై పెట్టుకొని దగ్గుతూ మెల్లగా ఇంటి వైపు అడుగులో అడుగు వేసుకుంటూ నడుస్తోంది.

ఇంటి ముందుకు వచ్చి సంతోష్ వైపు చూసి నవ్వింది.

"అమ్మని పిలువు...ఆకు కూరలు ..." అంటూ చెబుతోంది.

ఆయాసంగా, నిలబడి తనవైపే చూస్తోంది.

సంతోష్ ఆమె దగ్గరకు వెళ్ళి తలపై ఉన్న ఆకుకూరల బుట్టను కిందికి దించాడు.

వాకిలి ముందు రోడ్ పై కూర్చుంది. ఆమెనుండి వాసన వస్తోంది. చిరిగిన మురికి బట్టలు ధరించి ఉంది. చిరిగిన కొంగు చేతితో తీసుకొని ముఖాన్ని మెల్లిగా తుడుచుకుంటోంది.

ఆమెను చూస్తుంటే అన్నం తిని ఎన్ని రోజులయ్యిందో ననిపిస్తోంది. బట్టలు చూస్తుంటే ఇంట్లో మసిగుడ్డకు ఏమాత్రం తీసిపోనట్లు గా వున్నాయి.

సంతోష్ మనసు చివుక్కు మనిపించింది. ఇంట్లోకి వెళ్ళి లోటాతో నీళ్ళు తెచ్చి ఇచ్చాడు.

లోటా తీసుకొని గట, గట తాగింది. చెంగుతో మూతి తుడుచుకుంది.

మరలా ఇంట్లోకి వెళ్ళి పాలు స్టౌ పై పెట్టాడు. కొద్దిగా వెచ్చచేసి లోటాలో పోసుకొని తెచ్చి ఇచ్చాడు.

ఊదుకుంటూ తాగుతోంది. అలా ఆమెను చూస్తుంటే సంతోష్ కి ఎనలేని సంతోషం కలుగుతోంది.

"అమ్మను పిలువు..." మాటలు నూతి నుండి వస్తున్నట్లు మెల్లగా వస్తున్నాయి.

అమ్మ ఇంట్లో లేకపోవడం తను రావడానికి ఇంకా సమయం పట్టవచ్చు. ఆమె మాటకు బదులేమివ్వాలో, ఎలా ఇవ్వాలో అర్థం కావడం లేదు.

ఆమెను చూస్తుంటే సంతోష్ హృదయమంతా తెలియని అలజడిగా ఆందోళన కలుగుతోంది.

కొద్దిసేపు ఆలోచించాడు.

"నీకు అమ్మ కావాలా?" అని అడిగాడు సంతోష్.

అవునన్నట్లుగా తలవుతూ బుట్టలోవున్న ఆకుకూరలను చూపిస్తోంది.

ఆకుకూరలు తీసుకోవడం కోసం అమ్మను అడుగుతోంది. అమ్మ ఒక కట్ట లేదా రెండు కట్టలు తీసుకుంటుంది. వాటినన్నిటినీ తానే తీసుకుంటే ఆ డబ్బుతో పూట గడుస్తుంది కదా అనే ఆలోచనతో, ఇంట్లోకి వెళ్ళాడు.

బెడ్ రూం లోకి వెళ్ళి పుస్తకాలను అటు ఇటు సోదా జరిపి దాచుకున్న డబ్బును అంతా తీసుకొని లెక్కబెట్టుకుంటూ బయటకు వచ్చాడు.

తాను ఇచ్చే డబ్బుతో ఆమెకు పూటైనా గడుస్తుందని ఆలోచించాడు సంతోష్.

"ఆకు కూర కట్టలన్నీ ఎంత అవుతుంది"

ఆవిడ నోటిలోనుండి వచ్చిన మాటలు సంతోష్ కి స్పష్టంగా వినిపించడం లేదు.

సంతోష్ చేతిలోని డబ్బు అంతా ఆమె చేతిలో పెట్టాడు.

బుట్టలోని వన్నీ తీసుకోమని చేతితో సైగ చేస్తోంది.

బుట్టలోని ఆకుకూర కట్టలన్నీ రెండు చేతులతో పట్టుకొని ఇంట్లోకి వస్తుండగా ఆటో శబ్దం వినిపించింది. హడావుడిగా తన చేతుల్లోని ఆకుకూర కట్టలన్నీ డైనింగ్ టేబుల్ పై పెట్టాడు.

"నీకెన్ని సార్లు చెప్పాలి. మాయింటి వైపు రావద్దని. నువ్వు తెచ్చే వాటిలో వంటకు పనికి వచ్చేవి ఏమైనా వుంటున్నాయా. పో..పో. ఇంటి ముందు ఖాళీ బుట్టతో కూర్చోడానికి మాయిల్లే దొరికిందా. నిన్ను చూస్తుంటే దరిద్రమంతా మాకు చుట్టుకుంటుంది. ఇక్కడనుండి పోతావా లేదా?" అమ్మ మాటలు పెద్దగా వినిపిస్తున్నాయి.

అమ్మ మాటలు విని డైనింగ్ టేబుల్ దగ్గరే కూర్చున్నాడు.

"తలుపులు బార్లా తీసిపెట్టావు. నేను చెప్పినవి చదవకుండా ఇలా బాధ్యతా రహితంగా ఇక్కడ కూర్చున్నావా?" సంతోష్ ని చూసి మరింతగా ఆవేశపడుతోంది కోటేశ్వరమ్మ.

డైనింగ్ టేబుల్ పై పెట్టి వున్న ఆకు కూర కట్టల కు దగ్గరకు వెళ్ళి చేతుల్లోకి తీసుకొని చూస్తోంది.

“నేను లేని సమయం చూసి, చిన్నపిల్లాడని కూడా చూడకుండా వాడిపోయి, ఎండిపోయిన తోటకూర కట్టలు మోసగించి అంటగట్టిందా ముసల్ది. నువ్వెందుకు తీసుకున్నావు. నీకసలు బుద్ధి వుందా? డబ్బులెక్కడివి? పనిక మాలిన పనులు చేస్తున్నావు. నీకు మాటలతో లాభం లేదు” అంటూ రెండు చెంపలపై బలంగా రెండు మూడు సార్లు అరచేతితో కొట్టింది.

సంతోష్ కు అమ్మ చెంపపై కొట్టే దెబ్బలకు కలిగే నొప్పి, వాకిటి ఎదురుగా రోడ్ పై కూర్చొని ఉన్నావిడ చెక్కిలిపై మెరుస్తున్న చిరునవ్వు, తన చెంప మీద పడ్డ ఎర్రటి గుర్తులను మైమరపించే మధురాతి మధురమైన అనుభూతి మనసుకు కలిగిస్తోంది.

బోసి మెడ

సుశీల చూపు మరల్చకుండా చూస్తూనే వుంది. తీక్షణమైన చూపు తనను బాహ్య ప్రపంచాన్ని మరచేలా చేస్తోంది.

వాలు కుర్చీలో కూర్చున్న అత్త నాగేశ్వరమ్మ మెడ పై మెరుస్తున్న మెరుపులకు మైమరచి పోతోంది సుశీల.

వంట గదిలో గ్యాసు స్టవ్ మీద గిన్నెలో పోసి వున్న పాలు పొంగి పొర్లి వెలుగుతున్న బర్నర్ పై జారి పడి, మాడిన వాసనకు సుశీల బాహ్యలోకంలోకి వచ్చింది.

గబాలున లేచి వంటగదిలోకి వెళ్ళి స్టవ్ బర్నర్ ఆఫ్ చేసి మసిగుడ్డతో పాలగిన్నెను కిందకు దించింది. "సుశీ కాఫీ కలిపి ఇవ్వడానికి ఎంతసేపే..." ఆంజనేయులు వరండాలో న్యూస్ పేపర్ చదువుకుంటూ. అసహనంగా మాట్లాడుతున్నాడు.

"ఇంకా బిగ్గరగా అరవండి .... కాఫీ తప్ప మరొకటి కన్పించదు. నిద్రలేవగానే న్యూస్ పేపర్లు ముందేసుకొని చదవడం, కాఫీ.. కాఫీ అంటూ ఆత్రం ఆత్రంగా తాగడం, నన్ను ఆదుర్దా చేసి మీరు గాబరా పడి బనియన్ పై పోసుకోవడం..."

"ముందు కాఫీ ఇవ్వు, తర్వాత వాదులాడుదువు గాని"

"పాలు పొంగి మాడు వాసన వస్తున్నా కదలరు, మెదలరు"

"సాధింపు లేనా? కాఫీ తెచ్చేదేమైనా వుందా"?

"దీనికేమీ తక్కువ లేదు.. కలపడమయ్యింది... తెస్తున్నాను" అంటూ కాఫీ కప్పుతో వరండాలో కూర్చున్న భర్తకు కాఫీకప్పు ఇచ్చి తను కూడా కప్పుతో కాఫీ తెచ్చుకొని భర్త పక్కన కూర్చొని తాగుతోంది. "ఏమండి"

సుశీల పిలుపుకు ఎడమ చేతితో పట్టుకొని చదువుతున్న న్యూస్ పేపర్ ను కిందకు దించి భార్య అపురూప సౌందర్యాన్ని చూస్తూ....

"చెప్పు" అన్నాడు.

"ఏంటి చెప్పేది. అసలు నా విషయం గానీ ఇంటి విషయం గాని పట్టించుకోరు. ఎంతసేపూ కడుపు నింపని కోరికలు తీర్చని ఉద్యోగం గూర్చే ధ్యాన. ఒక అచ్చటా, ముచ్చటా తీర్చలేని అరవ చాకిరీ చేస్తున్నావు. మరొక ధ్యాస పట్టదు"

"ప్రొద్దున్నే వంట వదిలి పెట్టి తీరిగ్గా నాతో వ్యవహారం పెట్టుకుంటున్నావు"

"నా మాటలు మీకు అలానే అన్పిస్తుంటాయి"

"అసలు విషయం దాచి పెట్టకుండా సూటిగా చెప్పు"

"ఏమి చెప్పమంటావు. నా మెడవైపు సరిగ్గా చూశావా ఎప్పుడైనా " సుశీల ముఖంలో ఆందోళన కనిపిస్తోంది.

"బాగానే వుంటుంది కదా! అందంగా... ఎన్నిముద్దులు పెట్టినా తనివి తీరకుండా ...." మురిసిపోతూ ఆంజనేయులు బదులిస్తున్నాడు.

"ఆత్రంగా చూస్తున్నావు.... నేను ఎక్కడికి పోతాను. నామెడ ఎక్కడికి పోతుంది? పుట్టిందే నీకోసం కదా. నా అందం గూర్చి ఏమి చెబుతావు! అసలు విషయాన్ని వదిలి"

"ఏమిటి సుశీ ప్రొద్దున్నే. ఆఫీసుకు టైం అవుతుంది. నీకు తెలుసుగా అసలే కొత్త బాస్"

"సరేలే. గోడకు చెప్పినా ఒకటే. నీకు చెప్పినా ఒకటే" మూతి చిట్లించుకుంటూ భర్త తాగిన కప్పు తీసుకొని వంటగదిలోకి విసురుగా వెళ్ళింది.

సుశీల మనసులో తెలియని వ్యాకులత ఏర్పడుతోంది.

వంట చెయ్యబుద్ధి కావడం లేదు.

"ఈ రోజుకి ఆఫీసు దగ్గర మెస్ లో భోంచెయ్యండి"

"సరేలే అలానే చేస్తాను. అసలు నీకేమయ్యింది ఈరోజు" అంటూ వంట గదిలోకి వచ్చాడు అంజనేయులు.

"ఏం లేదు లెండి నన్ను పలకరించకండి" అంటూ బెడ్ రూం లోకి వెళ్లింది సుశీల.

హాల్లో కూర్చున్న నాగేశ్వరమ్మ మెడ కిందకు జారిన కొంగును తలపై నుండి యధావిధిగా కప్పుకొని కోడలిని గమనిస్తోంది.

ఇంట్లో ఏమి జరుగుతుందో అర్థంకావడంలేదు.

"అరే! ఆంజనేయులు ఎమయిందిరా కోడలు పిల్లకి"

"తెలియదమ్మా ఉదయం బాగానే వుంది. కాఫీ ఇచ్చింది తరువాత తను మాట్లాడే మాటలు అర్థం కావడం లేదు. వంటగదిలోకి వెళ్లింది. బెడ్ రూం లోకి వెళ్ళి మాట్లాడుతోంది"

"పెళ్లయినప్పటినుండి సుశీలను ఎప్పుడు అర్థం చేసుకున్నావు గనక? ఇప్పుడర్థం కాకపోవడానికి. మొద్దు మోహమా వెళ్ళి కొంచెం సముదాయించు. పెళ్ళయి ఇన్నిసంవత్సరాలయ్యింది. అన్నీ నేనే చెప్పాలా?"

"...అలానే అమ్మా" అంటూ బెడ్ రూమ్ లోకి వెళ్ళాడు ఆంజనేయులు.

"ఏమయింది నీకు? అమ్మముందు పరువు తీస్తున్నావు?"

భర్త ఆంజనేయులు మాటలకు సుశీల బదులివ్వడం లేదు..

మెల్లగా చేతితో వీపుపై సమురుతూ అడుగుతున్నాడు.

స్పందన, ఉలుకు, పలుకు లేకుండా బెడ్ పై బోర్లా పడుకుంది సుశీల.

మెల్లగా సుశీల పక్కన కూర్చున్నాడు. ఫలితం కల్పించడం లేదు.

ఎంతసేపటికీ బెడ్ రూం నుండి ఆంజనేయులు బయటకి రాకపోయేసరికి నాగేశ్వరమ్మ వాలు కుర్చీ లో నుండి లేచి బెడ్ రూం తలుపు వద్దకు వచ్చి చూస్తోంది.

కోడలు బోర్లా పడుకొని, కొడుకు పక్కనే కూర్చొని వుండడం చూసింది. అర్ధంకావడం లేదు. కోడలు పిల్లకు ఆరోగ్యం బాగోలేదా? లేక దేని కోసమైనా అలక వహించిందా?

నాగేశ్వరమ్మ ఆలోచిస్తూ అక్కడే మూలగా నిలబడింది.

కాలం గడుస్తున్నా సుశీల ప్రవర్తనలో మార్పు రాకపోవడం తో అక్కడ నుండి లేచి బెడ్ రూం బయటకు వచ్చాడు ఆంజనేయులు.

"ఏంచేశావురా అమ్మాయిని ఎప్పుడూ లేనిది ఇలా..."

సమాధానం ఏమి చెప్పాలో తెలియక అయోమయంలో పడి అమ్మను అలానే చూస్తుండి పోయాడు ఆంజనేయులు.

ఇప్పుడే కోడల్ని పలకరిస్తే ఇబ్బంది పడుతుందని కొడుకు భుజం ఆసరాగా చెయ్యి వేసి వాలు కుర్చీ దాకా వెళ్ళి కూర్చుంది.

"నిజం చెప్పరా! బంగారం లాంటి కోడలు పిల్లను ఏమన్నావు?"

కారణం తెలిస్తే కదా సరైన సమాధానం తను చెప్పగలిగేది, ఆలోచించి మౌనంగా అక్కడ నుండి మెల్లగా వాష్ రూం కి వెళ్లి, ఆఫీసుకు బయలుదేరడానికి రెడీ అవుతున్నాడు.

"అమ్మా ఆఫీసుకు బయలు దేరాలి. నువ్వే ఏదో ఒకటి పండుకొని తిని బిళ్ళలు వేసుకో"

అవునన్నట్టు, కాదన్నట్టుగా తల వూపింది నాగేశ్వరమ్మ.

పెళ్ళాం సంగతి వదిలేసి ఏమీ పట్టనట్టు ఆఫీసుకు బయలుదేరి వెళ్ళడం నాగేశ్వరమ్మకు కొడుకు ప్రవర్తన అంతగా రుచించడంలేదు.

ఆంజనేయులు ఆఫీసుకి బయలు దేరబోయే ముందు మరొక్కసారి బెడ్ రూంలోకి వెళ్ళి చూసాడు. సుశీల పడుకున్న భంగిమలో తేడా కన్పించక పోవడంతో అన్యమనస్కంగానే ఆఫీసుకు బయలు దేరి వెళ్ళాడు.

అడుగులో అడుగు వేసుకుంటూ వంటగది లోకి నాగేశ్వరమ్మ వెళ్ళింది.

డబ్బా మూతతీసి ముడి బియ్యాన్ని ఒకటిన్నర డబ్బా గిన్నెలో పోసి అవి మునిగేదాకా నీళ్ళుపోసింది.

బుట్టలో వున్న రాముసక్కాయలు, పచ్చి మిరప కాయలు, ఎర్రగడ్డలు రెండు తీసుకొని నీళ్ళతో శుభ్రంగా కడిగి కత్తిపీటతో ముక్కలు చేసి బాండీ తీసి కొంచం మంచి నూనె పోసి తాళింపుకు సిద్ధం చేసింది. బియ్యం కొద్దిసేపు నానగానే కడిగి మరొక గన్నెలోకి మార్చి సరిపడా నీళ్ళు పోసి స్టవ్ పై వుంచి లైటర్ తో ముట్టించి బర్నర్ ను తగు సెగతో తిప్పింది.

తాలింపు వేసి తరిగిన ముక్కలన్నీ ఒకటి తరువాత మరొకటిగా వేసింది. గరిటతో కలుపుదామనుకునే లోగా వెనుకనుండి కోడలు తనను చేతితో సుకుమారంగా పక్కకునెట్టింది.

తల తిప్పి నాగేశ్వరమ్మ కోడలు వైపు చూసింది.

“మీ చేత వంట ఎలా చేయిస్తాననుకున్నారత్తయ్యా! వేడి దగ్గర ఎక్కువసేపు ఉండకూడదని డాక్టర్ సలహా మరచి వంట చేస్తే ఎలా?" అంటూ అత్తయ్య చేతిలోకి గరిట తీసుకుంది. అప్పటిదాగా అలిగి మంచమెక్కిన కోడలి మాటలకు, ప్రవర్తనకు నాగేశ్వరమ్మకు కాసింత ఆశ్చర్యం, సంతోషం కలుగుతోంది.

కోడల్ని చూస్తూ హాల్లో తను కూర్చునే కుర్చీ దగ్గరకి వెళ్ళి కూర్చొని ఆలోచిస్తోంది. ఎంతసేపైనా సుశీల ప్రవర్తనలోని అంతరార్థం తెలుసుకో లేకపోతోంది. సుదీర్ఘ ఆలోచనలో పడింది నాగేశ్వరమ్మ.

బెడ్ రూంలోవున్న ఫోను మోగుతోంది.

సుశీల హడావుడి గా బెడ్ రూంలోకి వచ్చి ఆదుర్దాగా ఫోన్ ఎత్తింది.

"ఎలా వున్నావు సుశీ" అడిగాడు ఆంజనేయులు.

"బాగానే వున్నాను"

సుశీల నుండి సౌమ్యంగా సమాధానం రావడంతో ఊపిరి పీల్చుకున్నాడు ఆంజనేయులు.

ఉదయం సుశీల ప్రవర్తన గూర్చి ఇప్పుడు ప్రస్తావించడం అనవసరమని భావించి సంభాషణ కొనసాగించాలని నిర్ణయించు కున్నాడు.

"నీ ఆరోగ్యం జాగ్రత్త"

"అలానే"

"వంట అమ్మ చేస్తుంది నువ్వు విశ్రాంతి తీసుకో"

"లేదు. వంట నేనే చేశాను. వంటగదిలో వేడికి అత్తయ్యకు మరింత అనారోగ్యంపాలవుతుంది. పైగా డాక్టర్ కూడా వద్దన్నారు కదా"

హఠాత్తుగా అత్తమీద ఇంతటి ప్రేమ కురిపిస్తోంది. సుశీల మనసులో ఏదో ఆలోచన వుండి ఉంటుంది.

ఏమాటకు ఆమాట చెప్పుకోవాలి. సుశీల అమ్మను నిరంతరం పర్యవేక్షణ చేస్తూ, బాగోగులు చూస్తుంది.

"సరే సుశీ జాగ్రత్త. అమ్మను చూస్తుండు. ఆందోళన పడవద్దని చెప్పు. సాయంకాలం నాకు ఇంటికి రావడానికి ఆలశ్యమయ్యేలా వుంది"

"అలానేనండి. అత్త అంటే నాకు అమ్మ కంటే ఎక్కువ. మీకు తెలియదా?మళ్ళీ గుర్తు చెయ్యాలా?"

"సరే వుంటాను" అని చెప్పి ఫోన్ పెట్టేశాడు.

సుశీల తిరిగి వంట పనిలో మునిగి పోయింది సుశీల.

వంటపని పూర్తి చేసి వేడి వేడిగా కాఫీ కలిపి రెండు కప్పుల్లో తెచ్చి ఒక కప్పు అత్తయ్యకిచ్చింది.

తనకు ఉదయం కాఫీ ఇవ్వని సంగతి గ్రహించినట్లుంది. వేళ గాని వేళ అయినా కాఫీ కలిపి తెచ్చి ఇచ్చింది. ఏదైనా సుశీల మంచి పిల్ల, తనను ఎప్పుడూ చిన్న చూపు చూడలేదు. గత పది సంవత్సరాలనుండి తనను పొరపాటుగా ఒక్కమాట అనలేదు.

ఉదయం అలిగి బెడ్ రూంలోకి వెళ్ళింది. వంట చేసి మొగుడికి క్యారేజి సర్దిపెట్టనంతగా ఏం జరిగుంటుంది?

కొడుకు ఆంజనేయులు ఏమైనా అనకూడని మాటేమైనా అన్నాడా?

సుశీల గతం లో ఎన్నడూ ఇంతలా అలగడం, ప్రవర్తించడం, ఆలోచనలకు అందడం లేదు. అలా సాయంకాలం వరకూ సమయం గడిచిపోయింది.

యథావిధిగా నాలుగున్నరకు చక్కెర లేని అల్లం టీ కాచి తెచ్చి అత్తకు ఇచ్చింది సుశీల.

నాగేశ్వరమ్మ టీ తాగుతోంది.

ఉదయం సుశీల ప్రవర్తన కు కారణం తెలుసుకునే వరకూ మనసు కుదుట పడేలా లేదు నాగేశ్వరమ్మకు.

"సుశీల ఈరోజు వంట చాలా రుచిగా చేశావు. అల్లం టీ కూడా బాగుంది"

ఎప్పుడూ తన వంట మెచ్చుకోని అత్తయ్య తనను ప్రత్యేకంగా మెచ్చుకుంటుందంటే కారణం బలమైనదే అయివుంటుంది.

"నా మీద ప్రేమ మీకలా అనిపిస్తోంది. రోజులాగే చేశాను"

"సరేలే సుశీ ఉదయం నీకు అనారోగ్యం ఏమైనా కలిగిందా"

అదును చూసి ఆరా తీసి తెలుసు కొనేదాకా అత్తయ్యకు నిద్రపట్టదు.

తనకు అబద్ధమైనా అతికేలా చెప్పాలి. అనుమానం కలిగితే, అసలు విషయం తెలుసు కోవడానికి యక్ష ప్రశ్నలు వేస్తుంది. ఇప్పుడు అసలు విషయం చెబితే ఇల్లుపీకి పందిరి వేయడం ఖాయం. ఆలోచనలో పడింది సుశీల.

"నిన్నే అడిగేది. మాట్లాడకుండా బెల్లంకెట్టిన రాయిలా వుంటే ఎలా?"

"ఏం లేదు అత్తయ్య ఉదయం అకస్మాత్తుగా బి.పి పెరగడం వల్ల నేనేమి చేశానో ఏం మాట్లాడానో అర్థం కాలేదు" సర్ది చెప్పడానికి ప్రయత్నించింది సుశీల.

కోడలికి అసలు బి. పి ఎక్కడుంది? నాదగ్గర ఏదో విషయం దాస్తుంది.

"నీకు బి. పి లేదు కదా.. నిజం చెప్పు"

ఏం చెబితే ఏమవుతుందోనని, అత్తయ్య మాటలకు బదులివ్వడానికి ఇష్టం లేక మౌనంగా నేల చూపు చూస్తోంది.

"నిజం చెప్పు..." గట్టిగా అడిగింది.

నిజం చెబితే అత్తయ్యకు గుండె ఆగిపోవడం ఖాయం. తన సంసారంలో తానే చిచ్చు పెట్టుకున్నట్లుంటుంది. అసలు తనకెందుకు. వేళకు అన్నీ సమకూరుతున్నాయి. ఇంతగా నిజం తెలుసుకోక పోతే ఏమవుతుంది? ఛాదస్తం ఎక్కువైనట్లుంది. మనసులో గొణుక్కుంటోంది సుశీల.

"తల నొప్పిగా వుంది. నన్ను విసిగించకండి" సుశీల అక్కడనుండి లేచి బెడ్ రూంలోకి వెళ్ళింది.

సుశీలలో ఎంత మార్పు వచ్చింది. సుశీలకు తెలిసుండే అలా ప్రవర్తించిందా? మనసు లో కలిగిన అనుమానం మరింతగా పెరుగుతూ ఉంది. మనసుకు ఉపశమనం కలగడం లేదు.

సమయం గడచిపోతోంది.

ఆంజనేయులు ఆఫీసునుండి ఇంటికి వచ్చాడు.

"ఏంటమ్మా ఆందోళనగా వున్నావు. నలతగా వుందా? మందులు వేసుకున్నావా"

కొడుకు ఇంట్లోకి రాగానే ముందు తననే పలకరించి కొద్ది నిముషాలు గడపనిదే మరొక పనికోసం వెళ్ళడు. మిగిలిన విషయాలన్నీ అమ్మతో మాట్లాడిన తర్వాతే.

ఆధునిక రోజుల్లో ఎందరు కొడుకులు అమ్మను ప్రేమగా చూసు కుంటున్నారు? ప్రేమగా మాట్లాడు తున్నారు. చేసేది చిన్న ఉద్యోగమైనా మనసు పెద్దది. ఉన్నంతలో అన్నీ సర్దుకుంటాడు. తనకు ఫలానా కావాలని, ఎన్నడూ గట్టి ఆలోచన చెయ్యడు.

ఉన్నంతలోనే సుశీల కూడా తనకు సహకరిస్తూ సర్దుకుంటూ కాపురం చేస్తుంది.

"బాగానే వున్నాను. మందులేసుకున్నాను. వంటగదిలో సుశీ నీకోసం అల్లం టీ పెట్టింది. వెళ్ళి తాగి రా"

"సరే.. సుశీల ఎక్కడ ?"

బెడ్ రూంలో వుందని చేతితో సైగ చేసి చూపిస్తోంది నాగేశ్వరమ్మ.

టీ తాగి బెడ్ రూంలోకి వెళ్తే సుశీల ను సముదాయించడం జరిగే పనేనా? మనసు లో ఆలోచిస్తూ ముందుగా బెడ్ రూం లోకి వెళ్ళాడు ఆంజనేయులు.

ఉదయం ఆఫీసు కెళ్ళేటపుడు వున్న భంగిమతోనే ఇప్పుడు కూడా వుంది. సుశికి ఏమయ్యుటుంది? అంతగా అలగాల్సిన అవసరం ఏమొచ్చిందని, తన మాట ఇంట్లో కాదనే వాళ్ళెవరున్నారు?

ఆలోచనలతో మంచంపై సుశీల పక్కన కూర్చున్నాడు ఆంజనేయులు.

"ఏమయ్యింది సుశీ మనకు పెళ్ళయినప్పటి నుండి ఎప్పుడూ ఇలా లేవు. ఎవరైనా నిన్ను ఇబ్బంది పెట్టారా? అమ్మ ఏమైనా నిన్ను కష్టపెట్టిందా? చెప్పు"

సుశీల భర్త మాటలకు బదులు చెప్పడం లేదు. చేతితో వీపుపై నిమురుతున్నా స్పందన కరువయ్యింది. కొద్దిసేపు ప్రయత్నించాడు.

చేసేది లేక హాల్లోకి వచ్చి వాలు కుర్చీ దగ్గర నేలపై కూర్చొని మెల్లగా తన చేతులతో అమ్మ చేతిని పట్టుకున్నాడు.

"పెళ్ళయి పది సంవత్సరాలవుతోంది. నగ నట్రా చేయించకున్నా మిగతా విషయాల్లో లోటు లేకుండా చూసుకుంటున్నాను. ఇప్పుడు ఏం కొరవ చేశాను సుశీకి " మనసులోని ఆవేదనను అమ్మతో పంచుకుంటున్నాడు ఆంజనేయులు.

అమ్మ సమాధానం చెప్పకుండా కొడుకు చేతిని నిమురుతోంది.

కొడుకు కంట కన్నీరు బిందువులు ఒక్కొక్కటిగా జారి పడుతున్నాయి.

తన పక్కనే కూర్చొని కొడుకు కన్నీరు కార్చడం తనలో తీరని మానసిక ఆందోళన కలుగ చేస్తోంది. సముదాయించ దానికి మాటలు గొంతునుండి పెగలడం లేదు. ఊపిరి బిగ పట్టుకొని మాట్లాడడానికి ప్రయత్నిస్తోంది నాగేశ్వరమ్మ,

"అంజి నువ్వు బాధపడడం భరించ లేను. కాలమే అన్ని సమస్యలకు పరిష్కారం చూపిస్తుంది. బాధపడి ప్రయోజనమేముంది? ఉదయం నుండి విశ్రాంతి లేకుండా యంత్రంలా పని చేసి అలసి వుంటావు. అతిగా ఆలోచించి ఆరోగ్యం పాడు చేసుకోకు. వెళ్ళి టీ వెచ్చ బెట్టుకొని తాగి, స్నానం చేయి. మనసు కుదుట పడుతుంది" కొడుకును సముదాయిస్తోంది.

అమ్మ మాటలకు మనసు కొంచెం ఊరటగా అనిపించింది.

"సరే అమ్మ" అంటూ వంట గదిలోకి వెళ్ళి టీ వెచ్చ చేసుకొని తాగి స్నానం చెయ్యడానికి వాష్ రూం లోకి వెళ్ళాడు.

తువ్వాలుతో తల తుడుచుకుంటూ బెడ్ రూమ్ లోకి వెళ్ళాడు. స్నానం చేసినా మనసు ఆందోళనగానే ఉంది.

సమయం సందర్భం లేకుండా హఠాత్తుగా సుశీలలో కలిగిన మార్పుకు మొదట్లోనే తగిన మానసిక చికిత్స చేయిస్తే...ఆలోచనలో పడ్డాడు.

చిన్నప్పుడు చదువు తనకు సరిగ్గా అబ్బక పోవడంతో, అమ్మ తనకు సరస్వతి ఆకు నాలుకపై తేనెలో రంగరించి రాసినా ప్రయోజనం, ఫలితం లేక పోవడంతో నేరుగా మెట్రిక్యులేషన్ నాన్న పిచ్చయ్య ను ఒప్పించి మరీ పరీక్ష రాయించింది.

వయసు పెరుగుతున్నా చదువు పై ధ్యాస లేకపోవడం, చదివింది గుర్తు పెట్టుకోక లేక పోవడం తో చదువు ఆపేసి రోజు వారీ దినసరి వేతనం పై PWD వర్క్ షాప్ లో తెలిసిన వారి ద్వారా నాన్న పిచ్చయ్య చేర్చారు.

తనకు సంపాదన అంతంత మాత్రంగా వున్నా, ఏవయసులో జరగాల్సిన ముచ్చట ఆవయసులోనే జరగాలనే అమ్మ ఆకాంక్ష మేరకు నాన్న పిచ్చయ్య, సుశీలను ఎంపిక చేసి తనకు వివాహం జరిపించారు.

అప్పటి నుండి ఆర్థిక సమస్యలు ఎదురవుతున్నా సుశీల కుటుంబంతో కలసిపోయింది. ఆర్భాటాలకు పోకుండా, కోరికలను అదుపులో ఉంచుకొని సంసారాన్ని నెట్టుకొస్తోంది.

లేనినాడు పచ్చడితో మజ్జిగతో ఇల్లు గడపడం ఆనవాయితీ చేసుకుంది.

గత పది సంవత్సరాలనుండి సుశీలతో ఇబ్బంది లేకుండా కాలం గడచి పోయింది.

తమకు సంతానం లేరనే లోటు తప్ప తమకు మిగిలిన అన్నీ విషయాలలో ఎలాంటి కొరవ లేకుండా కాలచక్రం గిర్రున తిరిగింది.

ఆలోచనలతోనే బెడ్ పై పడుకొని నిద్రలోకి జారుకున్నాడు.

బెడ్ రూం లో భర్త ఆంజనేయుల్ని చూసి మూతి గుండ్రంగా తిప్పుకొని ఇంటి పనులు ముగించుకొని, భర్తని డిన్నర్ కి లేపకుండానే, తను కాస్త తిని అత్త నాగేశ్వరమ్మకు పళ్ళెంలో వడ్డించి, భర్త పక్కనే పడుకుంది సుశీల.

భోజనం ముగించుకొని ఖాళీ కంచం కడిగి, బిళ్ళలు వేసుకొని వాలు కుర్చీ పక్కన ఉన్న నవ్వారు మంచంపై దుప్పటి వేసుకొని తలగడ సర్దుకొని మంచం పై వెల్లకిలా పడుకుంది నాగేశ్వరమ్మ.

కళ్ళముందు సుశీల తనను ఉదయం కాసేపు తదేకంగా చూసినప్పటినుండి ప్రవర్తన లో మార్పు నడయాడుతోంది.

ఆలోచనలతో నిద్రను మరచి కారణం కోసం ఆలోచన చెయ్యడం ప్రారంభించింది.

ఆలోచనల పరంపర కొనసాగుతోంది.

కొద్దోగొప్పో సంపాదించే భర్త పిచ్చయ్య ఆస్తులు కూడబెట్టే అవకాశం కనిపించక, బంగారం ధర తక్కువగా అందుబాటులో ఉండడం, భార్య మెడలో దారపు తాళిని చూడలేకపోవడం వల్ల తనకు కష్టమనిపించినా వాయిదాల పద్ధతిలో కిస్తులు చెల్లించి బంగారపు గొలుసు తయారు చెయ్యమని ఆర్డర్ ఇచ్చాడు.

"మీ రెక్కల కష్టాన్ని గొలుసు రూపంలో వృధా చెయ్యడం తప్ప మరొక ప్రయోజనం ఏముంది. కొడుకు కి చదువు సరిగ్గా అబ్బడం లేదు. మన దగ్గరున్న కొంచెం డబ్బు కూడా వృధా చేస్తే, వాడి భవిష్యత్తు గూర్చి ఆలోచించావా? మిగిల్చిన డబ్బు దాస్తే బాగుంటుంది కదా?" నాగేశ్వరమ్మ పదే పదే వద్దని వారించినా భర్త ఆంజనేయులు వినక, లావుగా ఉండే చెన్నై చైన్ తయారు చేయించి ఇచ్చాడు.

నాగేశ్వరమ్మ గొలుసులో మంగళసూత్రాలు గుచ్చి మెడలో వేసుకుంది. నూలు దారంతో మెడలో వేలాడుతున్న మంగళసూత్రాల వల్ల కలిగిన సంతోషం బంగారపు గొలుసుతో అంతగా అనిపించడం లేదు.

భర్త మాటకు ఎదురు చెప్పే సమాజం కాదు కనుక, నాగేశ్వరమ్మ మరొక మాట మాట్లాడకుండా భర్త చెప్పినట్లే నడుచుకోక తప్పలేదు.

తన భార్య అందం కంటే మెడలో వేసుకున్న గొలుసు మరింత అందంగా నాగేశ్వరమ్మ అందం మరింతగా మెరిసిపోతోంది.

భర్త తనవైపే తదేకంగా చూస్తూ ఆర్థిక బాధలు మరచి పోతున్నాడు.

అంతకంటే నాగేశ్వరమ్మ మెడలోని గొలుసుని పిచ్చయ్య చూస్తూ బాహ్యప్రపంచాన్ని మరచిపోతుండడం రివాజు అయ్యింది.

ఆర్థిక కష్టాల్లో కూడా కొంత కూడబెట్టి తనకోసం గొలుసు చేయించి ఇవ్వడం నాగేశ్వరమ్మ మనసులో భర్త పట్ల మరింతగా ప్రేమ భావం రోజు రోజుకి పెరుగుతోంది.

భర్త కష్టపడి నాలుగు గదుల స్థలాన్ని కొనుగోలు చేశాడు. అటు తరువాత, రేకుల షెడ్ నిర్మించి కొంత కాలం తరువాత డాబా ఇల్లు కట్టుకోవాలని రూపాయి రూపాయి దాయడం మొదలు పెట్టాడు.

ఆంజనేయులికి చదువు అబ్బక పోవడంతో పిచ్చయ్యకు తెలిసిన వారి ద్వారా రోజు వారి జీతం తో పనికి చేర్చాడు.

రోజులన్నీ మనచేతుల్లో ఉండవు.

కొడుక్కి వివాహం జరిపించిన కొద్దిరోజులకే పిచ్చయ్య మరణించాడు.

అప్పటినుండి నాగేశ్వరమ్మ అనారోగ్యంతో ఇబ్బంది పడుతోంది.

తలచుకుంటే కళ్ళు చెమ్మగిల్లుతాయి.

గత స్మృతులే నాగేశ్వరమ్మ ఆరోగ్యాన్ని మరింతగా దెబ్బతీస్తోంది. ప్రస్తుతం తన మనసుకు ఆనందం కలిగించే విషయాలేమీ లేక పోవడం తో నాగేశ్వరమ్మ మనసుతో బాటు శరీర ఆరోగ్యం పై ప్రభావం చూపుతోంది.

కొడుకుకి వివాహమై పది సంవత్సరాలు గడచినా పిల్లలు కలగకపోవడం తన ఆరోగ్యం పై మరింత ప్రభావాన్ని చూపుతోంది.

పిల్లలు లేరని ఆంజనేయులు కాని సుశీల కాని బాధపడడం కానీ దాన్ని గూర్చి మాట్లాడుకోవడం కానీ ఇన్నేళ్ల లో ఒక్కసారి కూడా జరగ లేదు.

తను కూడా ఆ విషయాన్ని గూర్చి మనసులో బాధపడడమే గాని సుశీలను ఎన్నడూ అడగలేదు.

బయటి పిల్ల అయినా ఉన్నంతలో సుశీల తనను బాగానే చూసుకుంటుంది. తను ఘర్షణ పడ్డ సందర్భాలు లేవు. ఉన్నటుండి ఈరోజు ఇలా ప్రవర్తించడం చేస్తుంటే కొంచెం కొంచెంగా అర్థమవుతోంది.

సుశీల భర్త పక్కనే పడుకున్నా నిద్ర పట్టడం లేదు. కళ్ళముందు తళుకు తళుకు మంటూ వలయాకారం లో తిరుగుతూ చూపు మరచుకొని తన మెడవైపు కుడి చేతి చూపుడు వేలు దారపు తాళి బొట్టుని నిమురుకుంటోంది. మనసు అటువైపే లాగేస్తోంది.

ఎంత ప్రయత్నించినా సుశీలకు నిద్ర రావడం లేదు. తలతిప్పి భర్త ఆంజనేయులి వైపు చూస్తోంది. గాఢ నిద్రలో గురకలు పెట్టి నిద్రిస్తున్నాడు. చేతితో తడుతుంటే కదులుతాడు, గురక ఆపి మరలా నిద్రలోకి జారుకుంటున్నాడు. భర్తతో ఏదో చెప్పాలని ప్రయత్నిస్తోంది. కాని సాధ్య పడడం లేదు.

కాలం గడచిపోతోంది.

వేకువజామున యధావిధిగా నాలుగు గంటలకు బెడ్ పై నుండి సుశీల లేచి హాల్లోకి వచ్చి ట్యూబ్ లైట్ వేసింది.

వాలు కుర్చీలో అత్త నాగేశ్వరమ్మ తల వాల్చి కూర్చోవడం కన్పించింది.

అత్తయ్య ఇంత పెందలకాడే నిద్రలేవడం సాధారణంగా కుదరని పని. ఉదయం ఆరు, ఏడు గంటల మధ్య నిద్ర లేచి కాలకృత్యాలు తీర్చుకొని, కొడుకు ఆంజనేయులు ఆఫీసుకు బయలుదేరే వరకూ మంచంపై పడుకొని తరువాత లేచి వాలు కుర్చీలో కూర్చుంటుంది.

నిద్రలేమి తో ఉన్న తనకు అర్థం కావడం లేదు. కళ్ళు రెండు అరా చేతులతో నిమురుకొని మరొక సారి అత్తయ్య ను చూసింది.

మెల్లగా అడుగులు వేసుకుంటూ వాలు కుర్చీ దగ్గరకు వచ్చింది.

అత్త నాగేశ్వరమ్మ కుడివైపు తలవాల్చి ఉంది. మెడ బోసిగా కనిపిస్తోంది.

సుశీల చూపు బోసి మెడ వైపే తీక్షణంగా చూస్తోంది. మెల్లగా వాలుకుర్చీ పక్కన నేలపై కూర్చొని తన రెండు చేతులతో నాగేశ్వరమ్మ ఎడమ చేతిని పట్టుకుంది.

వాలు కుర్చీ కుడివైపు నాగేశ్వరమ్మ చేతి లో వేలాడుతున్న ధగ ధగ మెరుస్తున్న బంగారపు గొలుసు వైపు సుశీల దృష్టి మరలింది.

కుడి చేతిని గొలుసు కింద వైపు పెట్టగానే నాగేశ్వరమ్మ చేతినుండి మెల్లగా కిందికి జారుతున్న బంగారపు గొలుసు స్పర్శ కు సుశీల మనసులో మధుర భావనను జనింపజేస్తోంది. మనసు కెరటాలు ఉవ్వెత్తున ఎగసి, ఎగసి నేలజారుతున్నాయి. అచేతనంగా ఉన్న నాగేశ్వరమ్మ ముఖ కవళికలలో తృప్తి గోచరిస్తోంది.

తీరని వ్యధ

మనసులో కలుగుతున్న ఆందోళనలతో అడుగులు మెల్లగా వేసుకుంటూ చేతిలో వేలాడుతున్న ప్లాస్టిక్ సంచిలో భద్రంగా పెట్టిన మెడికల్ రిపోర్టు ల వైపు దృష్టి వెళ్లింది.

ముందుకు వెయ్యబోయే అడుగు ఆగి ఒక చేతితో సంచి పట్టుకొని మరొక చేతిలోకి రిపోర్ట్ లు బయటకు తీసి మరొకసారి పైనుండి కిందకు చూసుకొని తిరిగి సంచిలో పెట్టి అడుగులు వెయ్యడం ప్రారంభించాడు కిష్టయ్య.

పరగడుపుతో ఉదయాన్నే వచ్చి మధ్యాహ్నం దాకా అటు ఇటు తిరిగిన చోటకు తిరగకుండా సవాలక్ష పరీక్షలు చేశారు. చేతిలో ప్లాస్టిక్ సంచి పెట్టి, వెళ్ళమని చెప్పారు.

అలసటగా ఉంది. తనకు బయట తినడం అలవాటు లేకపోవడం తో ఒక బిస్కెట్ ప్యాకెట్ తిని గంటన్నర తరువాత రక్త పరీక్షకు వెళ్ళి రక్తం ఇచ్చాడు.

ఇన్ని పరీక్షల తరువాతైనా డాక్టరు తనకున్న జబ్బు తెలుసుకొని మందులు రాసిస్తాడా? లేక ఎవరూ కనుక్కోలేని జబ్బుతో బాధపడుతూ మరణించడమేనా?

ఇంత చదువు చదివి, ముప్పై నాలుగు సంవత్సరాలు ప్రభుత్వ ఉద్యోగం చేసి, చివరకు అంతుచిక్కని వ్యాధి..... ఆలోచనలు ఎక్కడికో వెళ్లిపోతున్నాయి.

ఆటో హార్న్ శబ్దంతో బాహ్యలోకానికి వచ్చాడు కిష్టయ్య.

“ఇంత వయసొచ్చింది. చూసుకొని రోడ్డు దాటడం తెలియదు. నా ఆటో నే దొరికిందా” ఆటో డ్రైవరు శాపనార్థాలు చెవిన పడినా, అనాశక్తుడిగా అతడి వైపు చూస్తూ అడుగులు వేస్తూ మెల్లగా రోడ్ దాటుతున్నాడు.

నిండా పాతిక సంవత్సరాలు నిండని వానితో కూడా మాట పడాల్సి వస్తోంది. మనసులో గొణుక్కుంటూ జాగ్రత్తగా, క్షేమంగా రోడ్ దాటి బస్ షెల్టర్ లోని బల్లపై కూర్చొని బస్ కోసం ఎదురు చూస్తున్నాడు.

సిటీ బస్ లు వచ్చి ఆగుతున్నాయి. వెళ్తున్నాయి. తను ఎక్కాల్సిన బస్ కోసం ఎదురు చూస్తున్నాడు. అంతసేపున్నా తనని అక్కడున్న వారు పలకరించకపోవడం, తన వయసుకు మర్యాద ఇవ్వక పోవడం మనసు కాసింత చివుక్కు మంటోంది.

తానెక్కాల్సిన బస్ రానే వచ్చింది. బల్ల మీద నుండి మెల్లగా లేచి అడుగులో అడుగు వేసుకుంటూ బస్ దగ్గరకు చేరుకొనేటప్పటికి బస్ కాస్తా వెళ్ళి పోయింది. అక్కడ తోటి ప్రయాణీకులు చూస్తున్నారే కాని తనకోసం బస్ ను కొద్ది సేపు ఆపడానికి ప్రయత్నించక పోవడం కిష్టయ్యకు మరింత బాధ కలిగిస్తోంది.

ఎవర్ని అని ఏమని ప్రయోజనం? మనసులో గొణుక్కుంటూ తిరిగి షెల్టర్ లోపలకు వెళ్లడానికి అడుగులేస్తున్నాడు. ఇంతలో మరొక బస్ వచ్చింది.

ఎక్కే ప్రయాణీకుల రద్దీ లేకపోవడంతో మెల్లగా బస్ ఎక్కాడు.

బస్ ప్రయాణీకులతో కిక్కిరిసిపోయి ఉంది. మెల్లగా కుడి చేతితో బస్ లోపలి పైనున్న రాడ్ ని పట్టుకొని, రెండవ చేతిలో మెడికల్ రిపోర్ట్ లున్న సంచిని పట్టుకొని నిలబడ్డాడు. బస్ లో సీట్ల వైపు చూశాడు. ఇద్దరు యువకులు కూర్చొని మొబైల్ ఫోన్ చూసుకుంటూ హుషారుగా ఉన్నారు. వారు కూర్చున్న సీటు పైన చూశాడు. సీనియర్ సిటిజెన్స్ కొరకని రాసి ఉంది.

తన మెడికల్ రిపోర్ట్ లు పట్టుకున్న చేతిని వారివైపు చూయించాడు.

సదరు విషయాన్ని గ్రహించే స్తితిలో ఆ ఇద్దరూ లేకపోవడంతో, నిరాశతో అసహనంగా నిలబడి ప్రయాణిస్తున్నాడు కిష్టయ్య.

కొద్ది సేపటిలో తను దిగాల్సిన స్టాప్ రానే వచ్చింది. మెల్లగా పక్క మనుషులను తన చేతితో తడుతూ అడుగులేసుకుంటూ బస్ దిగే లోగా బస్ కదిలింది. తను దిగే వరకు బస్ ఆపడానికి ఎవరూ ఎలాంటి ప్రయత్నం చెయ్యకపోవడంతో కిష్టయ్య మనసు చివుక్కుమంది.

చేసేది లేక తదుపరి స్టాప్ వద్ద బస్ దిగగలిగాడు. ఎండ తీవ్రంగా ఉంది. భోజనం చెయ్యక పోవడంతో మరింతగా నీరస పడి పోతున్నాడు. భుజంపైనున్న కండువా తీసి తలపాగాగా చుట్టుకున్నాడు. చెమటలు కారుతున్నాయి. పంచె చెంగును తీసి ముఖం తుడుచుకున్నాడు. అడుగులు వేసుకుంటూ అతి కష్టం మీద ఇంటికి చేరుకున్నాడు.

తనకు కలిగిన వ్యాధి ఈ డాక్టరైనా కనుక్కొని చికిత్స చేస్తాడా? అనుమానం మరొకసారి తనను చుట్టుముడుతోంది.

ఆలోచిస్తే తనసలు ఎవరికోసం జీవించాలి? ఎవరికోసం తాపత్రయ పడాలి?

సమాజం లో గౌరవం కనిపించడంలేదు. కనీసం కన్నబిడ్డలైనా తనివితీరా పలకరిస్తారా అంటే అదీ ఎండమావే! జీవితాంతం దాచుకున్న సమకూర్చుకున్న స్థిరాస్థికి విలువ లేకుండా పోయింది. వారసత్వం అనేది తరం మారేకొలది చేదుగా మిగిలి పోతోంది.

ఏదైనా నాలుగు రోజులలో అంతా ముగిసిపోతుంది. దాన్ని గూర్చి ఆలోచించి ఆరోగ్యం మరింత పాడుచేసుకోవడం తప్ప మరొక ఫలితం ఏముంటుంది. తనకు తాను సముదాయించుకుంటున్నాడు.

మెల్లగా తలుపు తాళం తీసుకొని ఇంట్లోకి వెళ్ళి ఫ్యాన్ వేసుకొని సోఫా పై కూర్చున్నాడు. కాసేపు సేద తీరి డైనింగ్ టేబుల్ దగ్గరకు వెళ్ళి గిన్నెలలో ఉంచిన అన్నం, చట్నీ, సాంబారు, పెరుగుతో భోజనం చేసి బెడ్ పైకి వెళ్ళి పడుకొని నిద్రలోకి జారుకున్నాడు.

కాలింగ్ బెల్ శబ్ధంతో మెలకువ వచ్చింది.

బెడ్ పై నుండి లేచి వచ్చి తలుపు తీశాడు.

ధన లక్ష్మి తన హ్యాండ్ బ్యాగ్ ను భుజంనుండి చేతికి తీసుకొని వడి వడిగా ఇంట్లోకి వచ్చింది. నేరుగా కిచెన్ లోకి వెళ్ళి టీ తయారు చేస్తోంది.

తనతో ఒక్క మాట మాట్లాడడం కూడా కష్టమైన పనా? అదేమన్నా ఖర్చుతో కూడుకున్న పనా? అంతరంగంలో తిరిగి అలజడి మొదలయ్యింది.

ఎంత సముదాయించు కోవాలనుకున్నా తన వల్ల కావడం లేదు. కళ్ళు చెమ్మగిల్లుతున్నాయి.

పది నిమిషాలలో కప్పులో టీ పోసుకొని తన చేతికిచ్చింది.

టీ వాసన తగిలేటప్పటికి ఎక్కడలేని ప్రాణం లేచినట్లని పించింది కిష్టయ్య కు.

సిప్ చేద్దామని కప్ ను నోటి దగ్గర పెట్టుకున్నాడు. మనసుకు ఏదో వెలితిగా అనిపించి సిప్ చెయ్యడం ఇష్టపడక, కప్ ని తిరిగి డైనింగ్ టేబుల్ పై పెట్టి ఎదురుగా వున్న సోఫా పై కూర్చున్నాడు.

ఇదంతా చూస్తూనే వున్నా నోరు మెదపడం లేదు. కనీసం టీ తాగు అనే మాట అనకుండా ఏమీ పట్టనట్లు ధన లక్ష్మి మాత్రం టీ తాగుతోంది.

కాసేపటికి ప్రియ స్కూలు బ్యాగ్ తో ఇంట్లోకి వచ్చింది. 'స్కూలునుండి సరాసరి ఇంటికి సమయానికొస్తావు. నా బంగారు తల్లి' అనుకుంటూ ఖాళీ కప్పును డైనింగ్ టేబుల్ పై పెట్టి హడావుడిగా ప్రియా దగ్గరకు వచ్చి నేలపై కూర్చొని బూట్లు విప్పుతోంది.

'వదిలి పెట్టకుండా పెట్టిన అన్నం అంతా శుభ్రంగా తింటుంది' ఖాళీ లంచ్ బాక్స్ చూసి మురిసిపోతోంది ధన లక్ష్మి.

పుస్తకాల బ్యాగ్ ను తీసుకొని షెల్ఫ్ లో పెట్టింది. అక్కడనుండి కిచెన్ లోకి వెళ్ళి ప్రియ కిష్టమైన మ్యాగి వేడి వేడిగా తయారు చేసి బౌల్ లో వేసుకొని ఫోర్క్ వేసి తెచ్చి ప్రియ నోటిలో పెడుతోంది. 'నేనే తింటాను, నేను పెద్దదానిని అయ్యాను, ఇప్పుడైనా నన్ను తిననివ్వు' మనసులో అనుకుంటూ తింటోంది. పమిట చెంగుతో మూతిని శుభ్రంగా తుడిచింది. మా బంగారు తల్లి అనుకుంటూ, స్కూలు డ్రస్ మార్చింది.

ఇక వెళ్ళి ఆడుకో అని చెప్పేలోగా చెంగు చెంగున ప్రియ ఇంట్లోనుండి బయటకు పరుగు తీసింది.

కిష్టయ్య అక్కడ జరుగుతున్నదంతా గుడ్లు అప్పగించి చూడడం తప్ప మరొక విధంగా చేసే అవకాశం లేదు.

మరి కొద్ది రోజులు ఓపిక పడితే ఇక్కడనుండి విముక్తి కలుగుతుంది. నిట్టూర్పు విడిచాడు.

★★★

పిల్లలు ముగ్గురూ ఆడుకుంటుంటే చూడ ముచ్చటగా వుంది. పెరిగి పెద్దై వీళ్ళు ఎక్కడికెక్కడికో వెళ్లిపోతారు. చివరకు మిగిలేది మనమిద్దరమే సుమతి మాటలు మెదడులో మరొక సారి కిష్టయ్య కు ప్రతి ధ్వనిస్తున్నాయి.

కిష్టయ్య ఉద్యోగం చేసే రోజుల్లో ముగ్గుర్ని కన్నా వారికి కూడా కుటుంబ నియంత్రణ ఇంక్రిమెంట్ అర్హత వుండడంతో కిష్టయ్య కూడా తీసుకోగలిగాడు.

కిష్టయ్య చేసే ఉద్యోగానికి జీతం బాగానే వుండడంతో ముగ్గురి పిల్లల్ని చదివించడానికి పెద్దగా ఇబ్బంది పడలేదు. భార్య సంపాదనా పరురాలు కానప్పటికీ ఎలాంటి ఆర్థిక ఇబ్బంది కలగలేదు.

సంతానం కలిగాక భార్య సుమతి కంటే, కిష్టయ్య కు పిల్లలంటే ఇష్టం ఎక్కువగా వుండేది. వాళ్ళు అడిగినవన్నీ కాదనకుండా సమకూర్చేవాడు. సుమతి వద్దని వారిస్తున్నా లెక్క చేసేవాడు కాదు.

ఉద్యోగ జీవితంలో సంపాదనలో కొంత భాగం చేసిన పొదుపు, ప్రభుత్వం నుండి లోన్ మంజూరు కావడంతో సొంత ఇల్లు తన స్వగ్రామం లో కట్టించాడు. ఇల్లు కట్టుకున్న కొద్ది రోజులకే తను చేస్తున్న ఉద్యోగం అదే వూరి కి బదిలీ పై రావడం కాసింత ఆశ్చర్యంగా వుండేది కిష్టయ్య కు.

పల్లెటూర్లో ఇల్లు కట్టడం వృథా, పట్నంలో కాస్త జాగా లో నైనా ఇల్లు కడితే మన తదనంతరం పిల్లలకు ఉపయోగపడుతుందని భార్య సుమతి వారించడం గుర్తుకు వచ్చి నవ్వు వచ్చింది. తనదే పై చెయ్యి అయినందుకు సంతోషపడేవాడు కిష్టయ్య.

కాలం గడిచేకొద్దీ పిల్లలు ఎదగడం, ఉన్నత చదువుల కోసం పెద్దబాబు శివ IIT ఢిల్లీ లో, చివరి బాబు లోహిత్ కలకత్తా లో బిజినెస్ స్కూలు లో, మధ్య పాప ధన లక్ష్మి ఉపాధ్యాయ శిక్షణ సమీప పట్టణంలో తీసుకుంటోంది.

రోజులు గడిచే కొద్దీ కిష్టయ్యకు జీతం పెరుగుతోంది. అనారోగ్యం శరీరానికి తోడవుతోంది. తనకు పరీక్షలు చేసిన డాక్టర్ల వైద్యం వల్ల తిరిగి సాధారణ జీవితాన్ని గడుపుతున్నాడు.

ఉద్యోగ విరమణ కు కొద్ది సంవత్సరాల ముందే ముగ్గురు సంతానానికి చదువులు పూర్తయి, వారు ఉద్యోగాలు సంపాదించుకోవడం, వివాహాలు జరిపించడం, చక చకా జరిగి పోయాయి.

మనవడు, మనవరాళ్లను చూడకుండానే సుమతి కాలం చేసింది.

సుమతి తరచుగా తనతో చెప్పే మాటలు మెదడులో ఆలోచనలు కలుగ చేస్తుంటాయి.

కొడుకులకంటే కూతురు నయమని కాస్త మంచి, చెడూ చూసేదీ కూతురేనని పదే పదే చెప్పిన మాటలు విశ్వసించాడు.

సుమతి మరణించినప్పుడు జరిగిన ఆదరింపుల కార్యక్రమంలో ఇద్దరు కొడుకులు తండ్రికి ఏమి కావాలంటే అది సమకూరుస్తామని, తమతో బాటు ఉంచుకుంటామని, ఒంటరిగా వదలి పెట్టడం మాకు నచ్చని పని అని ఘంటాపథంగా చెప్పారు. కూతురు ధన లక్ష్మి మాత్రం తన నిర్ణయాన్ని బహిర్గత పరచలేదు. ఓపిక ఉన్నంత కాలం ఒంటరిగా తన సొంత ఇంట్లోనే నివసిస్తానని, తనకు వచ్చే పించను తనకు సరిపోతుందని, చెప్పి సొంత ఇంట్లోనే కాలక్షేపం చేస్తున్నాడు కిష్టయ్య.

కాలం ఒకేలా ఉండదని, కాలం తో బాటు మనుషుల ప్రవర్తన కూడా రూపాంతరం చెడుతుందని, అనుభవంలో కాని కిష్టయ్యకు తెలిసి రాలేదు.

అల్లుడు రామ్మూర్తి ఉద్యోగంలో పాల్పడిన అవినీతికి అతడికి ఉద్యోగం లేకుండా చేసింది. దానితో మానసిక స్థైర్యం కోల్పోయి దుబారాగా ఖర్చు పెట్టడం, భార్య ధనలక్ష్మి ని శారీరకంగా హింసించడం మొదలు పెట్టాడు.

ధనలక్ష్మి ఉద్యోగం కిష్టయ్య సొంతగ్రామమైన పెద వడ్లపూడి కి బదిలీ కావడంతో, ధనలక్ష్మి తన భర్త, కూతురు ప్రియ తో ఇంట్లోకి వచ్చేసింది.

కుమార్తె కుటుంబంతో తన దగ్గరకు చేరడం లో కలిగిన సంతోషం ఎన్నో రోజులు నిలబడలేదు.

కాలానికి మించిన వేగంతో మానవతలో, నడవడికలో కలుగుతున్న మార్పులు తన ఇంట ప్రత్యక్షంగా చూడగలుగుతున్నాడు కిష్టయ్య.

ఇంట్లో చేరిన ధనలక్ష్మి , భర్త రామ్మూర్తి కుమార్తె ప్రియ లు రోజుకు ఒక్కసారైనా తనతో మాట్లాడడానికి, పలకరించడానికి ప్రయత్నించిన సందర్భం లేదు. కిష్టయ్య మనసు విచారంగా ఉండడంతో, ఒకసారి నోరు తెరచి అడగనే అడిగాడు. నన్ను పలకరించడానికి మీకు సమయం దొరకడం లేదా? అని. దానికి కుటుంబ సభ్యుల మౌనమే సమాధానం అయింది. అప్పటి నుండి కిష్టయ్య మనసులో ఆలోచన వచ్చింది.

నాతో మాట్లాడకపోతే ఇల్లు ఖాళీ చేసి మరొక చోటుకి వెళ్ళండి అని చెప్పినా ఫలితం లేదు. నేడో రేపో వీరి కోసమే త్యాగం చేయాల్సి వుంది. ఆ అవసరం కూడా వారికి తనపై ప్రేమను పుట్టించలేక పోతోంది.

భార్య సుమతీ చెప్పిన మాటలు నిజం కాదని కళ్ల ఎదుట కనిపిస్తోంది.

ఇల్లు వదలి కొడుకుల దగ్గరకు వెళ్లాలని ఆలోచన చేశాడు. సొంత ఇల్లు, సొంత గ్రామం దాన్ని విడిచి వెళ్ళడం అంటే ప్రాణం లేని కాయం తో సమానంగా మనసుకు అన్పించి ప్రతిపాదన విరమించుకొని కాలాన్ని వెళ్లదీస్తున్నాడు కిష్టయ్య, .

తనకొచ్చే పింఛనులో నుండి ఇంటికి కావాల్సిన సరుకులన్నీ తెస్తున్నాడు. అప్పుడప్పుడూ బట్టలు కూడా సందర్భాన్ని బట్టి కొనిస్తున్నాడు. తన మందులకు అంతగా ఖర్చు కాక పోవడంతో పింఛను ఇంటి ఖర్చులకు సరిపోతోంది. దానికి కిష్టయ్య బాధపడడం లేదు. వారినుండి సూటి పోటు మాటలు లేకున్నా, ఆప్యాయతలు, పలకరింపులు లేకపోవడంతో మనసులో తీవ్రమైన మనో వేదనకు గురవుతున్నాడు. ఒక్కొక్క రాత్రి తనకు కాళ రాత్రవుతోంది. దీనివల్ల తన ఆరోగ్యం పై ప్రభావం చూపుతోంది.

ఇంటి ముందుకు వెళ్ళి వీధిలో అరుగులపై కూర్చుంటే అందరూ తనను పొగడ్తలలో ముంచివేస్తుంటారు.

ఎక్కడ ఉద్యోగం చేసినా చివరాఖరకు సొంత ఊర్లో ఇల్లు కట్టుకొని, ప్రభుత్వ టీచర్ గా ఉద్యోగం చేస్తున్న కూతుర్ని ఇంట్లో పెట్టుకొని ఇల్లంతా తానే గడపడం సామాన్య విషయం కాదు. వాళ్ళ పొగడ్తలు వింటుంటే మనసుకు మరింత ఆవేదన కలిగిస్తుండడంతో బయటకు వెళ్ళి అరుగులపై కూర్చోవడం మానేశాడు. కొంచెం దూరంలో ఊరికి మంచినీళ్లు సరఫరా చేసే పంచాయతీ నీళ్ళ ట్యాంక్ చుట్టూ పార్క్ లా వుండడంతో అక్కడకు వెళ్ళి కాసేపు కాలక్షేపం చేసి ఇంటికి రావడం అలవాటు చేసుకున్నాడు కిష్టయ్య.

ఇంట్లో ఉన్నంత సేపు తన అమ్మా, నాన్నలతో గడిపిన స్మృతులు నెమరేసుకుంటూ కాలం గడుపుతున్నాడు. గతకాల బాల్యం మిగిల్చిన గుర్తులు నెమరేసుకుంటుంటే తనలో భావోద్వేగం కలుగుతూ వుంటుంది. మనసుకు హాయిని గొల్పుతుంది. తరచూ గతకాల స్మృతులలోకి వెళ్ళడం అలవాటు చేసుకున్నాడు కిష్టయ్య.

అదికూడా ఎంతో కాలం సాగలేదు. మనసుకు తృప్తి కలగక తరచూ వేదనకు గురవుతున్నాడు.

వయసు పైబడుతున్నా తనలో చలాకీతనం మాత్రం తగ్గలేదు. ఇటీవలి కాలంలో తరచూ డీలా పడిపోతున్నాడు. ఎంత ఆలోచించినా సమాధానం దొరకడంలేదు.

పెద్ద కొడుక్కి ఫోన్ చేసి అక్కడకు వచ్చి కొద్ది రోజులుంటానని చెప్పాడు.

సొంత గ్రామమని, ఇల్లు కట్టుకొని, చెల్లాయి నీదగ్గరే ఉంటుంటే నీకేముంది లోటు నాన్నా అన్నాడే కాని, వచ్చి మాదగ్గరే వుండు, అన్న మాట కొడుకు నోట రాకపోవడం మరింత బాధ కలిగించింది.

కొద్దిరోజులాగి చెన్నై లో వుంటున్న చిన్న కొడుక్కి ఫోన్ చేసి మనసులో మాట చెప్పాడు.

నన్ను అడగాలా మీరు నిరభ్యంతరంగా ఎప్పుడైనా ఇక్కడకు రావచ్చు. అంటూ చిన్న కొడుకు చెప్పిన మాటలు ఎడారిలో ఒయాసిస్సు కనిపించినంతగా సంతోష పడిపోయాడు కిష్టయ్య.

ఉన్న కాసిని బట్టలు సర్దుకొని చెన్నై బయలుదేరి చిన్న కొడుకు ఇంటికి చేరుకున్నాడు కిష్టయ్య.

ఈ వయసులో కూడా ఇంత హుషారుగా ఉండడం చాలా సంతోషంగా వుంది మామయ్య గారు అన్న కోడలి మాటలు కిష్టయ్య ను ఆనంద పరిచాయి.

అలా కలిగిన ఆనందం ఎన్నోరోజులు నిలబడలేదు.

వేకువ జామునే మనుమడిని నిద్రలేపి పాఠాలు చదివించాలి. మద్యాహ్నం స్కూలుకు వెళ్ళి క్యారేజీ ఇచ్చి రావాలి. ఆదివారం పార్క్ కు తీసుకెళ్లి ఆటలాడించాలి. వాడు అడిగినవి కొనివ్వాలి.

కిష్టయ్యకు మొదట్లో బాగానే అనిపించింది. రోజులు గడిచే కొలదీ తనను కొడుకు, కోడలు ఎలా వినియోగించు కుంటున్నారో స్పష్టంగా అర్ధమయ్యింది.

ఆలోచిస్తే ఆప్యాయతలు చూపని, పలకరించని కూతురు కంటే కొడుకు, కోడలే నయమనిపిస్తోంది. కొడుకు ఆఫీసు నుండి రాగానే తనవద్దకు వచ్చి పలకరించడం, కోడలు తినండి మామయ్యా అంటూ ఆప్యాయతను చూపించడం మనసుకు సంతోషమనిపిస్తోంది.

మనవడి ఆలనా, పాలనా రోజులు గడిచే కొలదీ కిష్టయ్య పైనే భారం పడుతోంది.

మామయ్య గారు చాలా తెలివిగల వారు. ఆ రోజుల్లోనే ప్రభుత్వ ఉద్యోగం సంపాదించుకున్నారు. ఆర్ధిక ఇబ్బందులు కలగ కుండా పించను పొందుతున్నారు. మరొక రకంగా చెప్పాలంటే పించను వచ్చే ఉద్యోగం సంపాదించడం అంత సులువా? మన కొడుకు రోహిత్ మామయ్య చేతుల్లోనే పెరిగితే వృద్ధిలోకి వస్తాడు. కోడలు మాటలు కిష్టయ్య చెవిలో పడ్డాయి. ఒకరకంగా కొడలికి తనపట్ల సదభిప్రాయం కలిగి ఉండడం సంతోషం కలిగిస్తోంది.

సమయానికి అన్నీ సమకూరుతున్నా, మనసు వెలితిగా అనిపిస్తోంది. కొడుకు బాగోగులు తల్లి దండ్రులు చూసుకోవాలి. తాత చూసుకోవడం ఏమిటి? మంచి మార్కులు, ర్యాంకులు రాకపోయినా తాత బాధ్యతేనా?

బంగారం లాంటి కొడుకిని మామయ్య చేతుల్లో పెడితే ఇలానా చూసేది. క్లాస్ లో నాలుగో ర్యాంక్ వచ్చింది. కొడుకుతో కోడలు నిష్ఠురాలాడడం వినిపించి బాధపడడం తప్ప మరొక ప్రత్యామ్నాయం కను చూపుమేరలో కనిపించడం లేదు. రోజులు భారంగా గడుపుతున్నాడు కిష్టయ్య.

మనం బాగానే సంపాదించుకున్నాం. మీ అన్నయ్య కూడా బాగానే స్థిరపడ్డాడు. ఎటొచ్చీ మీ అక్కే స్థిరపడలేదు. గవర్నమెంట్ టీచర్ గా పని చేస్తున్నా, మీ బావ గారు పనీ పాటా లేకుండా ఉద్యోగం పోగొట్టుకొని, భార్య సంపాదించిన డబ్బు అంతా నీళ్లలా ఖర్చు పెడుతున్నాడు. వాళ్ళకు సొంత ఇల్లు లేదు. పల్లెటూరులో మామయ్య ఉండలేకపోతున్నారు. ఆ ఇల్లు అమ్మగా వచ్చే డబ్బుతో ధన లక్ష్మి టౌన్ లో అపార్ట్మెంట్ తీసుకోవాలనుకుంటుందని చెప్పింది. మామయ్య ఎలాగూ మనదగ్గరే వుంటున్నారు. మనకు భారం లేదు. ఆయన పించను సరిపోతుంది. ఓపికగా వున్నారు బాబుని చూస్తున్నాడు. మామయ్యకు మీరే చెప్పి ఒప్పించాలి. మీ మాట తప్పక వింటారు. అర్ధ రాత్రి నిద్ర పట్టీ పట్టని సమయంలో సన్నగా కోడలి మాటలు చెవున పడ్డాయి.

తను సంపాంచిన ఆస్తి గూర్చి వీరు బేర సారాలు సాగించడం ఏమిటి? తనతో మాట మాత్రమైనా సంప్రదించారా? కూతురు తీసుకున్న నిర్ణయాన్ని అంగీకరించాలా? ఇల్లు కావాలనుకుంటే కష్టపడి కూడబెట్టి సమకూర్చుకోవాలి. అంతే కాని తండ్రి ఆస్తి పై వీరి పెత్తనం ఏమిటి? మనసులో ఆలోచనల కెరటాలు ఎగసి పడుతున్నాయి.

పూర్వీకుల ఆస్తి, అదీ తను కొనుగోలు చేసింది కాదు. సొంత ఊరు మమకారం తో అదే స్థలంలో ఇల్లు కట్టుకొని శేష జీవితాన్ని గడపాలని నిర్ణయించుకుంటే నన్ను మరొక దారిలోకి తీసుకు వచ్చి నిలిపింది కాలం.

చిన్నప్పటి ఆటలు, పాటలు, అరుగులెక్కి కిందికి దూకడాలు, చిన్న నాటి స్నేహితులు, గోళీ ల ఆటలు, అమ్మ గోరుముద్దలు తినిపించిన చోటు, అమ్మమ్మ నులకమంచంపై పరుండిన ప్రదేశం ఇలా ఎన్నెన్నో స్మృతులకు నిలయం. తాను బతికుండగానే దాన్ని తెగనమ్మడం ...లేదు..అలా జరగడానికి వీలులేదు. నా ఆస్తి, నా యిష్టం. నా కష్టార్జితం తో కట్టుకున్న ఇల్లును అమ్మి కూతురు మరొక ఇల్లు కొనుక్కోవడం... నేను ఆ ఇంట్లోనుండి ఖాళీ చెయ్యమన్నానా? నేను బతికినంత కాలం ధన లక్ష్మి కుటుంబంతో అక్కడే నివసించ వచ్చు కదా? పల్లెటూరు అంతగా తీసిపోయిందా? పట్నంలో ఏముంది? ప్రశ్నలకు సమాధానం కోసం వెదికినా, దొరకనవిగానే మనసులో మిగిలి పోతున్నాయి.

రాత్రంతా నిద్ర లేమితో బెడ్ పై కదలాడుతూనే వున్నాడు కిష్టయ్య.

యధావిధిగా ఉదయాన్నే కోడలు భార్గవి కాఫీ కప్పు తీసుకొచ్చి చేతికందించింది.

మీ అబ్బాయి మీతో మాట్లాడాలట. ఆఫీసుకు రెడీ అవుతున్నారు. కాగానే మీదగ్గరకు వస్తారు. అమాయకంగా కొడలు చెప్పిన మాటలకు నవ్వు వచ్చింది.

సరే అన్నట్లుగా తల ఊపి చేతిలోని కాఫీ కప్పు నోటి వద్ద పెట్టుకొని సిప్ చెయ్యడం ప్రారంభించాడు.

అంతలోనే నాన్నా నీతో ఒక విషయం మాట్లాడాలి అంటూ హాల్లోకి వచ్చాడు చిన్న కొడుకు. ఆలస్యమెదుకు చెప్పు అన్నట్లు తలూపాడు కిష్టయ్య.

అక్క మనఊరి పక్కన విజయవాడలో అపార్ట్మెంట్ కొనుక్కోవాలనే ఆలోచనలో వుంది. తన వద్ద సరిపడా డబ్బు లేదు. తెలుసు కదా బావ పరిస్థితి బాగోలేదు. అందుకని అక్కడిల్లు అమ్మకానికి పెడదాము. నేను, అన్నయ్య, పిల్లలు అందరం సంతకాలు పెడతాము. మాకు ఆస్తిలో వాటా అక్కర లేదు. అక్కయ్య ఒక ఇల్లు సమకూర్చుకుంటే అదే చాలు. అని చెబుతూ సమాధానం కోసం ఎదురు చూడకుండా బయటకు వెళ్లిపోయాడు లోహిత్.

యాత్రిక యుగం, పనులతో మనుషులు ఇలానే తయారయ్యారనుకుంటూ కాఫీ కప్పు డైనింగ్ టేబుల్ పై పెట్టాడు కిష్టయ్య.

విషయం ముందుగానే తెలిసుండడంతో కొడుకు మాటలకు అంతగా ఆశ్చర్య పోవాల్సిన అవసరం లేకుండా పోయింది.

ఇక తను దేన్ని గూర్చి ఆలోచించాలి? తన మిగిలిన జీవితం గురించా? లేక తన పూర్వీకుల ఆస్తి గురించా ? ఆలోచనలతో మెదడు వేడెక్కుతోంది.

మోగుతున్న మొబైల్ వైపు చూశాడు కిష్టయ్య. కాల్ చేస్తున్నది పెద్దకొడుకు శివ. వాడు చెప్పబోయే విషయం తను ముందే గ్రహించడం వల్ల అనాసక్తిగా ఫోన్ ఆన్ చేశాడు. శివ మాటలలో కొత్తదనం గోచరించలేదు. కాసేపటి క్రితం చిన్న కొడుకు లోహిత్ చెప్పిన మాటల క్లోనింగ్ ఇప్పుడు పెద్ద కుమారుని మాటలు. తన సమాధానం కోసం చూడకుండానే విషయం చెప్పి ఫోన్ పెట్టేశాడు పెద్దకొడుకు.

నన్నొక మనిషిగా కూడా చూడడం లేదని, కేవలం తనకున్న ఆస్తి పై మాత్రమే పిల్లల దృష్టి వుందని అప్పటివరకూ గ్రహించలేకపోయాడు. పిల్లల గూర్చి భార్య సుమతి చెప్పిన మాటలన్నీ నీటి మూటలని ఇప్పటికి నిర్ధారణవుతోంది.

రోజులు గడుస్తున్నాయి.

ఇల్లు అమ్మకానికి సిద్ధంగా వుందని మనమందరం కలసి వచ్చే నెలలో కారులో పెద వడ్లపూడి వెళ్దామని, అప్పటికి మనం చేరుకొనే లోగా అన్నయ్య అక్కడకు నేరుగా వచ్చేస్తాడని, అమ్మకానికి సరిపడా కాగితాలన్నీ పూర్తి అవుతాయని లోహిత్ మాటలాడుతుంటే, తాను బతికున్నానా? మరణించానా? అన్న అనుమానం కలుగుతోంది.

అమ్మకాలు, బేరసారాలు అన్నీ సంతానమే కుదుర్చుకొని తండ్రి జీవశ్చవమై కోరిన చోటల్లా సంతకాలు పెట్టాలి. ఇదేమి చట్టం? ఇదేమి న్యాయం? తల్లి దండ్రులు ఆస్తులు సంపాదించకూడదా? అంతస్తులు కూడ కట్టగూడదా? తండ్రి సంపాదించిన ఆస్తి పిల్లలకెందుకు అప్పజెప్పాలి? సహజ న్యాయ సూత్రాలు ఏమంటున్నాయి? చట్టం రాసేవారి ఆస్తులు వారి పిల్లలు ఇలానే అనుమతి లేకుండా ఏకపక్షంగా తెగనమ్మేశారా?

పిల్లలతో కలసి సరాసరి అమ్మకానికి ప్రయాణం చెయ్యడం ఇష్టం లేక తనొక్కడే ముందుగా సొంత వూరు వెళ్లడానికి సిద్ధమయ్యాడు కిష్టయ్య.

★★★

ఆలోచనలనుండి బాహ్యలోకంలోకి వచ్చాడు. ప్రతిరోజూ ఇల్లంతా కలియ తిరగడం గత స్మృతులను నెమరేసుకోవడం, కళ్ళు తడికావడం రోజు వారి దిన చర్య అయింది కిష్టయ్యకు.

మెడికల్ రిపోర్ట్ లు తీసుకొని డాక్టర్ను సంప్రదించడానికి ఆసుపత్రికి వెళ్ళాడు.

రోజంతా కష్టపడి వ్యయ ప్రయాసలతో ల్యాబ్ లో చేయించుకున్న పరీక్షల రిపోర్ట్ లున్న ప్లాస్టిక్ సంచిని డాక్టర్ టేబుల్ పై వుంచాడు.

డాక్టరు నిమిషంలో రిపోర్టు లన్నీ చూసి నీ ఆరోగ్యం గూర్చి ఎక్కువగా ఆలోచిస్తున్నావు. బిళ్ళలు రాసిస్తున్నాను. కొద్దిరోజులు వాడండి. సరిపోతుందన్న డాక్టర్ గారి మాటలతో బాహ్యలోకానికి వచ్చాడు.

పరీక్షలు చెయ్యడానికి పూట పడితే డాక్టరు రిపోర్ట్ లు రెండు నిమిషాలలో చూడడం? అసలు టెస్ట్ లు పరిశీలిస్తున్నారా? టెస్ట్ లు దేనికోసం రాస్తున్నారో డాక్టర్ లు రిపోర్ట్ లు పరిశీలించే విధానం చూస్తే అర్థమవుతోంది. చేసేది ఏముంది. రాసిన మందులు వారిదగ్గర షాప్ లోనే కొనుక్కొని తీరాలి. మరొకరికి అర్థమయ్యేలా మందులు రాయడం డాక్టర్లకు అలవాటు వుండదు.

రిపోర్ట్ లు, మందుల చీటీ తీసుకొని బిళ్ళలు తీసుకొని ఇంటికి బయలు దేరాడు కిష్టయ్య.

తన మనసు పడే క్షోభ ఎవరూ పట్టించుకోవడం లేదు. బాహ్యంగా మామూలుగా, ఆరోగ్యంగా కనిపిస్తున్నా అంతర్గతంగా కలిగే అలజడిని పసిగట్టేవారు ఎవరూ లేకపోవడమంటే జీవితంలో ఓడినట్లే.

అమ్మకపు కాగితాలు సిద్ధమవుతున్నాయని, రేపు ఇద్దరు కొడుకులు కుటుంబాలతో వస్తున్నారని తెలిసి, అందరినీ ఇలా ఒకేసారి చూడగలగడం సంతోషాన్ని కలిగిస్తోంది కిష్టయ్యకు.

ఇద్దరు కొడుకులు, కోడళ్ళు, మనవళ్ల రాకతో ఇల్లంతా సందడిగా వుంది.

అందరూ కలసి రిజిస్ట్రార్ కార్యాలయానికి వెళ్ళి సంతకాలు పూర్తి చేశారు. కిష్టయ్య సంతకం పెడుతుంటే తన మరణ శాసనం తానే రాసుకున్నట్లనిపిస్తోంది.

కొద్ది క్షణాల్లో కిష్టయ్య కళ్ళు తిరిగి కిందకు పడిపోయాడు.

హుతావుటిన ఆసుపత్రికి తరలించారు. వైద్యులు ప్రాణాపాయం లేదని, మానసిక వత్తిడితో వున్నాడని డాక్టర్ లు చెప్పారు.

కిష్టయ్య ఆసుపత్రినుండి డిశ్చార్జ్ తరువాత లోహిత్ తన వెంట చెన్నై తీసుకెళ్ళాడు.

కొద్దిరోజులు బలవంతంగా గడిపాడు. ప్రాణం పోయినంత గా కిష్టయ్య మనసు ఛిద్రమైపోయింది. ఏమి తింటున్నాడు, ఏమి చేస్తున్నాడో తనకే తెలిసిరావడం లేదు. మనవడిని కూడా చూడడంలేదు. కోడలు తనపై కాసింత కటువుగానే ప్రవర్తిస్తున్నట్లుంది.

మనసుకు ఉపశమనం కలిగించే మనుషులు కరువయ్యారు. ఓదార్పు మాటలు చెప్పేవారు కానరావడం లేదు. తన చుట్టూ అంధకారం అలుముకున్నట్లుంది.

బట్టలు సర్దుకొని మెల్లగా ఇంటి బయటకు అడుగులు వేశాడు. రైల్వే స్టేషన్ కు చేరుకున్నాడు. విజయవాడ టికెట్ తీసుకొని రైలు ఎక్కాడు కిష్టయ్య.

రైలు ప్రయాణంలో ఏమి తిన బుద్ధి కాలేదు. రెండు మూడు సార్లు మంచి నీళ్ళతో దప్పిక తీర్చుకున్నాడు.

విజయవాడ స్టేషన్ రాగానే రైలు దిగి పెద వడ్లపూడి వెళ్లడానికి బస్ లో బయలుదేరాడు.

మద్యాహ్నం రెండు గంటలకు సొంత ఊరైన పెద వడ్లపూడి చేరుకున్నాడు. ఊరంతా కొత్తగా అనిపించింది. కాలి నడకన తన ఇంటికి చేరుకున్నాడు. తాళం వేసిన ఇంటిని చూడగానే కన్నీరు ఆగలేదు కిష్టయ్యకు.

ఎండ తీవ్రంగా వుండడంతో బజారులో జన సంచారం లేకుండా వుంది. ఇంటి ఎదురుగా వున్న అరుగు పై కూర్చున్నాడు.

తదేకంగా తన ఇంటిని చూస్తూనే వున్నాడు. మనసు పొరల్లో అగాధం, అంధకారం కమ్ముకున్నాయి. తన పాత జ్ఞాపకాలన్నీ సమాధులైపోతున్నాయి.

తను ఆ ఇంట్లో జన్మించడం, అమ్మ వెండి గిన్నెలో అన్నం, పప్పు, నెయ్యి కలిపి అల్లరిగా మారాం చేస్తూ తిరుగుతున్న తనకు గోరుముద్దలు తినిపించిన అమ్మ, తనకు ఎలాంటివి కావాలన్నా క్షణాల్లో కొనిచ్చిన నాన్న, తను చదువుకోవడం, ఉద్యోగం సంపాదించడం, అమ్మా, నాన్న లు ఖాయం చేసిన వివాహం చేసుకుని ముగ్గురు పిల్లల్ని కనడం, శాశ్వతంగా మూతబడుతున్న కనులకు ఇంద్ర ధనస్సు గా ఆవిష్కరించబడుతోంది.

గీతాంజలి

“మొద్దు నిద్ర వదలవే! ముదనష్టపుదానా” కప్పుకున్న దుప్పటిని రెండు చేతులతో లాగేసింది గౌరమ్మ.

హఠాత్తుగా దుప్పటి లాగేటప్పటికి గాఢ నిద్రలో ఉన్న గీత ఉలిక్కి పడి మంచంపై లేచి కూర్చొని బిత్తర చూపులు చూస్తూ ఆవలిస్తోంది.

“ఆవలించడం ఆపి మంచం దిగు”

కళ్ళు నలుముకుంటూ మంచం దిగింది. జారిన పమిటను ఎడమ భుజంపైకి సర్దుకొని కొంగు నడుమువద్ద దూర్చుకొని నడుచుకుంటూ మూలన ఉన్న చీపురు తీసుకుంది.

అప్పటిదాకా అక్కడే నిలబడ్డ గౌరమ్మ రౌద్రంతో గుడ్లప్పగిచ్చి చూస్తోంది.

ఇంటి ముందుకు వెళ్ళి చిమ్మి, కళ్ళాపు చల్లి ముగ్గు వేస్తోంది. చలి ఎక్కువగా ఉండడంతో పమిటను ముఖం పైకి చుట్టుకుంది.

ఇంటి వరండా చిమ్మి శుభ్రం చేసింది. తరువాత అమ్మ, నాన్నల బెడ్ రూం కు వచ్చి చిమ్మేటప్పటికి, ఎముకలు కోరికే చలి ఉన్నా చెమటలు పడుతున్నాయి. మరొకపక్క నీరసంగా ఉండడంతో తను పడుకొనే గది వైపు వచ్చి మంచం పై కూర్చుంది.

“ఎక్కడ సచ్చావే, వచ్చి అంట్లు తోము”

గద్దించిన స్వరం చెవులను తాకగానే పమిట చెంగుతో తుడుచుకొని మంచం మీదనుంచి లేచి వంటగది వైపు వచ్చి అటూ ఇటూ చూసింది. ఎవరూ కనిపించడంలేదు. పక్కగదిలోకి చూసింది. అమ్మ గౌరమ్మ మంచంపై పడుకొని ఉంది.

మనసులో ఆలోచనలు వస్తున్నాయి. నియంత్రించుకోవడం సాధ్యం కావడం లేదు. కళ్ళల్లో నీళ్ళు తిరుగుతున్నాయి. గుండె భారంగా, దిగులుగా జీవితాన్ని భరించలేనంతగా బాధిస్తోంది. అన్నిటినీ సముదాయించుకుంటోంది. అయినప్పటికీ నియత్రించుకోలేక పోతోంది.

అంట్లు అన్నీ ట్యాప్ కింద పెట్టి నీటితో తడుపుతోంది. అన్నింటినీ ప్లాస్టిక్ బేసిన్ లో వేసుకొని ఇంటి బయటకు తీసుకెళ్ళి, ఒక్కొక్క దానిని శుభ్రంగా తోముతోంది. వాటిని తిరిగి కడిగి బేసిన్ లో పెడుతోంది.

చలితో బాటు మంచు కూడా వర్షంలా పడుతోంది.

పమిట చెంగుతో ముఖం తుడుచుకొని శుభ్రంచేసిన అంట్ల బేసిన్ ని ఇంట్లోకి తెచ్చి ఏవి ఎక్కడ సర్దాలో అక్కడ సర్దుతోంది.

పాలు స్టౌ మీదపెట్టి కాఫీ కలిపి అమ్మ గదిలోకి తీసుకుని వచ్చింది.

నాన్న శశిధర్ కాఫీ వాసనకు కళ్ళు తెరిచి చూశాడు.

గోడ గడియారం నాలుగు గంటలు చూపిస్తోంది.

'ఇంత త్వరగా తనకు నిద్రలేచే అలవాటు లేదు. అయినా ఇంత త్వరగా తనకు కాఫీ తాగాల్సిన పనేమిటి?' ఆలోచిస్తూ పక్కన గురకలు పెడుతూ నిద్రిస్తున్న భార్య గౌరమ్మ వైపు చూశాడు.

కాఫీ వాసనకు గౌరమ్మ కళ్ళు తెరచి లేచి చెయ్యి చాపింది.

"ఇంత సేపు పట్టిందా కాఫీ కలిపి తేవడానికి" అంటూ నుదురు చిట్లిస్తూ గీత చేతిలోని కాఫీ కప్పు తీసుకొని తాగడం మొదలు పెట్టింది.

చలితో బాటు మానసిక ఆందోళన ఎక్కువగా ఉంది. ప్రతిరోజూ నిద్ర వేకువ జామునే లేస్తున్నా ఇంత పెందలకడే ఎందుకు తనను నిద్రలేపిందో, ఇంటిపనులన్నీ ముందుగా, తొందరగా చేయిస్తుందో అర్థం కావడం లేదు. సాధారణంగా ప్రతిరోజూ ఐదు–ఆరు గంటలమధ్య నిద్రలేచి పనులన్నీ సకాలంలో పూర్తిచేస్తున్నా, ఈరోజు తనను మంచులో పనికి ఎందుకు పురమాయించిందో అర్థం కావడం లేదు.

ఆలోచనలతో గది నుండి బయటకు వచ్చింది. కూరగాయలు శుభ్రంగా కడిగి కత్తి పీటతో చిన్న చిన్న ముక్కలుగా తరిగి గిన్నెలోకి సర్దుతోంది. ఉల్లిపాయలు, పచ్చి మిరపకాయలు సన్న ముక్కలుగా తరిగి మరొక గిన్నెలోకి సర్దింది. రెండు గిన్నెలను కిచెన్ ఫ్లాట్ ఫార్మ్ పై పెట్టింది.

అల్పాహారం ఏమి చెయ్యాలో ఒకసారి ఆలోచించింది, బేస్తవారం కావడంతో పెసరట్టు వెయ్యాలి, కనుక పెసలు తీసి నీళ్ళలో నాన బెట్టింది.

అల్లం సన్న ముక్కలుగా తరిగి చిన్న గిన్నెలోకి సర్ది పెట్టింది. కోడి కూత వినిపిస్తోంది. మామూలుగా ఈ సమయానికి నిద్రలేచి ఇంటిపనులన్నీ సకాలం లో పూర్తి చేస్తుంది. నేటి విశేషం గూర్చి ఎంత ఆలోచించినా అర్థం కావడం లేదు.

పళ్ల పొడి తీసుకొని పళ్ళు తోముకుంది. చలిగా వున్నా చన్నీళ్లతో స్నానం చేసింది.

"బీరువాలో సర్దిన యర్ర చీర, జాకెట్టు వేసుకో" అమ్మ గౌరమ్మ కేక వినిపిస్తోంది.

ఎందుకు ప్రత్యేకంగా కట్టుకొనే చీర గూర్చి చెబుతోందో అర్థం కావడం లేదు. మౌనమే కాని మారు మాటలాడడం మరచిపోయి చాలా సంవత్సరాలయ్యింది. అన్నింటికే మౌనమే సమాధానం. దుఃఖానికి, సంతోషానికి మౌనం సరైన సమాధానంగా జీవితం తనను మార్చేసింది.

ఇరుగు పొరుగు వారంతా మొఖం కి పౌడర్ అద్దకున్నా గీత అందంగా వుంటుంది అని ఈర్ష్య గా మాట్లాడుతుంటారు.

చన్నీళ్లతో స్నానం చేసి అమ్మ చెప్పిన చీర, జాకెట్టు బీరువానుండి తీసుకొని కట్టుకొని అద్దం ముందు నిలబడి తలదువ్వుకుంటోంది.

"దువ్వింది చాలు, బయటకు వెళ్లకు. ఈరోజు నిన్ను చూడడానికి పెళ్లి వారు వస్తున్నారు" అమ్మ దబాయింపు మాటలకు ఒక్కసారి ఉలిక్కి పడింది గీత.

తనకి నిండా పదహారు సంవత్సరాలు కూడా నిండలేదు. ఇప్పుడే తనకు వివాహమా? తన మనసు తనను ప్రశ్నిస్తోంది.

తనకు ఆరేళ్ల వయసు నుండి ఇంటి పనులు, వంటపనులు ఒకటేమిటి అమ్మ ఏపని చెబితే అపని చెయ్యడమే. తను పని చేసిందంటే తప్పుపట్టడానికి ఏమీ వుండదు. తన పని గూర్చి మాట పడలేదు. కాకుంటే సూటి పోటు మాటలతో నిగ్రహాన్ని పాటించాల్సి వచ్చింది.

తను సొంత కూతురినేనా అని చిన్నతనం లో అనిపించేది, వయసు పెరిగే కొద్దీ మనసు నిర్లిప్తత తో నిండి పోయింది. మౌనం ఆవహించింది.

తను తినే తిండి, కట్టే బట్ట, తను చేసే పని తన చేతులలో ఏమీ వుండదు. అమ్మ ఏమి చెబితే అది, ఏది పెడితే అది తినడమే, తిండి సరిపోయినా, సరిపోకున్నా మౌనమే ప్రశ్న-సమాధానం.

శశిధర్ మంచం మీద పడుకొని ఆజ్ఞలిస్తున్న తన భార్య ను ఒక్కసారి చూసి అక్కడ నుండి లేచి హాల్లోకి వచ్చి సోఫాలో కూర్చున్నాడు.

శశిధర్ మనసులో జ్ఞాపకాల గూడు నుండి ఒక్కసారిగా మదిని అలజడులతో నింపేస్తున్నాయి.

ఎంత చదివించాలని ప్రయత్నించినా తనకు చదువు అబ్బడం లేదని, చదువుపై ధ్యాస లేదని నాన్న తను పనిచేసే రైస్ మిల్లుకి తనతో బాటు తీసుకెళ్లే వారు. నాన్నతోనే సమయం అంతా గడపాల్సి రావడంతో నాన్న చేసే పనిని పరిశీలించడం అప్రయత్నంగా జరిగిపోయాయి.

పదునాలుగు సంవత్సరాల వయసు వచ్చే సరికి నాన్న చేసేపని పై తనకు పూర్తి అవగాహన వచ్చింది. చదువు అబ్బకపోయినా తన పరిశీలన, గ్రహించే సామర్థ్యం చూసి నాన్నసంతోష పడుతుండేవాడు.

హఠాత్తుగా నాన్న మరణించడం తో అదే మిల్ లో గుమస్తాగా పనిచేయడానికి యజమాని ఒప్పుకోవడంతో అక్కడే పనికి కుదరడం, అమ్మ ఒంటరిగా ఉండడంతో తన తోడు కోసం నాకు వివాహం ఖాయం చేసి కార్యాన్ని పూర్తి చేయాల్ని సంకల్పించింది. అమ్మ ఏ పని తలపెట్టినా తన మంచికోసమే కదా ఆలోచించేది, చేసేది.

మారు మాటలాడకుండా గౌరమ్మ మెడలో మూడు ముళ్ళు వేయడం జరిగింది.

మొదటి రాత్రి ఘటన మధురంగా మిగిలిపోవడం సాధారణం గా జరిగే విషయం. కాని తన జీవితంలో మొదటి రాత్రి వెయ్యి సంవత్సరాలకు సరిపడా మరువలేని చేదు జ్ఞాపకాలు మిగిల్చింది.

పాల గ్లాస్ తో వయ్యారం గా నడచి వస్తున్న గౌరి ని చూస్తుంటే తన జీవితం ఆనందమయమయ్యిందని సంతోష పడ్డాడు.

తను తాగి గ్లాస్ తన చేతికిస్తుందా? లేక తను తాగి తనకివ్వాలా? ఆలోచించే క్షణం లోనే గ్లాస్ స్టూల్ పై పెట్టి ఎదురుగా నిలబడింది.

అంత దగ్గరగా గౌరిని చూసేటప్పటికి అప్రయత్నంగా చేతులు తన రెండు భుజాలపై కి ఎగప్రాకాయి.

తటాలున రెండుచేతులను నెట్టివేసింది.

"నాపై చెయ్యి వెయ్యకు" అని కటువుగా చెప్పింది.

తన మాటలకు నాలో కలిగిన సంతోష భావనలు ఆవిరయ్యాయి. నోట మాటరాలేదు.

"నాకు ఇష్టం లేదు" మరింత కటువుగా చెప్పింది.

మనసు కు చికాగు కలుగుతోంది.

"నాకు పిల్లలు కలగడం ఇష్టం లేదు"

గౌరి మాటలు వినగానే తన అమాయకత్వానికి నవ్వు వచ్చింది.

"సంసారం చేస్తే ఖచ్చితంగా పిల్లలు పుడతారా? మా తాత వివాహం చేసుకున్నా తన జీవితకాలంలో పిల్లలు కలగలేదు. అందుకే మా నాన్నను దత్తు తీసుకున్నారు" ఉండబట్టలేక మాట్లాడాను.

"నేను మాట్లాడేదేమిటి? నువ్వు చెప్పేదేమిటి?" రెట్టించి మాట్లాడుతోంది.

"చెప్పు అసలు నీ అనుమానం" గట్టిగానే అడిగాడు.

"సంతానంగా అబ్బాయి మాత్రమే కావాలి"

"అదెలా కుదురుతుంది"

"కుదరకపోతే మనం సంసారం చెయ్యాల్సిన పనిలేదు"

"ఈ విషయం వివాహానికి ముందే చెప్పాల్సింది. ఇప్పుడు నాతో చెప్పి ఇబ్బంది కలిగించడం సబబుగా లేదు" మనసును దిటవు చేసుకొని మాట్లాడుతున్నాడు.

"నాకు అనవసరం. ఇష్టం లేకుంటే విడిపోవడానికి అభ్యంతరం లేదు" కుండ బద్దలు కొట్టినట్లు చెప్పేసరికి నాకు దిమ్మ తిరిగింది.

అమ్మ తన భవిష్యత్తుకై వివాహం జరిపిస్తే, దానిని వమ్ము చేసి, తన మనసును కష్ట పెట్టడానికి మనసు అంగీకరించడం లేదు.

మొదటిరాత్రి తమ మధ్య ఘర్షణ సంభాషణ మనసును ఛిద్రం చేసింది.

అమ్మ సంతోషం కోసం గౌరిని భరిస్తూ కాలం గడుపుతున్నాడు. మనసులో తెలియని అపరాధ భావన తనను ఉక్కిరి బిక్కిరి చేస్తోంది.

ఎన్నాళ్లు అమ్మను మోసం చేస్తుండాలి. వివాహం వల్ల సంతోషంగా వున్నానని అమ్మను వంచించడం రోజు రోజుకు అపరాధ భావన ఎక్కువ అవుతోంది.

సంవత్సరం గడిచిపోయింది. ఇంటికి కోడలు వచ్చిందే గాని అమ్మ ఇంటి పనులు చెయ్యక తప్పడం లేదు.

సంతోషంగా వున్నానని, అలా నటిస్తున్నానని అమ్మ పసిగట్టిందో లేదో తెలియదు కాని, తనకు పురాణ ఇతిహాసాల్లో ఉన్న కథలు చెప్పడం మొదలు పెట్టింది.

అమ్మ మనసు గ్రహించి గౌరితో మాట్లాడుదామని నిర్ణయించుకొన్నాడు.

"ముట్టుకోకుండానే సంవత్సరం గడిచిపోయింది. ఒకటి అడగాలనుకుంటున్నాను"

"చెప్పు" ముక్తసరిగా బదులిచ్చింది గౌరి.

"మనం సంసారం చేద్దాం. మనకు సంతానం కలిగితే అమ్మ సంతోష పడుతుంది"

"ఎన్ని సార్లు చెప్పాలి నీకు. నాకు సంతానం ఇష్టం లేదని"

"అలా చీదరంగా మాట్లాడకు"

"నీకు మొదటిరోజే చెప్పాను"

"నీకు ఆడ సంతానం కలగకూడదనుకున్నావు. నేనొక విషయం చెప్పాలనుకుంటున్నాను"

"చెప్పు"

"అబ్బాయే పుట్టాలని ఆశిద్దాం"

"అమ్మాయి పుడితే"

"నేను నిన్ను పల్లెత్తి ఎదురు మాట మాట్లాడను. నీ నిర్ణయమే నాకు శిరోధార్యం. నువ్వు ఏది చెబితే అదే చేస్తాను"

"అవసరం కోసం ఏమైనా వాగ్దానం చేస్తారు. నమ్మి నీతో సంసారం చెయ్యలేను"

"ప్లీజ్ నన్ను నమ్ము. అమ్మకు ఆరోగ్యం బాగుండడం లేదు. ఈ వయసులో తనను సంతోషపెట్టడం కుమారునిగా నా విధి"

కాసేపు ఆలోచించింది.

"అమ్మాయి పుట్టిన తరువాత మాట తప్పావో, చెప్పా పెట్టకుండా ఇల్లు వదలి వెళ్లిపోతాను"

గౌరి ఇంత త్వరగా ఒప్పుకుంటుందని ఊహించలేదు. తన శారీరక సంతోషం కంటే అమ్మకు తన సంతానం వల్ల సంతోషాన్ని ఇచ్చే అవకాశం రావడం గొప్పగా ఫీలవుతున్నాడు.

సంసార ఫలితంగా గర్భం ధరించింది గౌరి.

అమ్మకు ఎనలేని సంతోషం కలుగుతోంది. అది ఎన్నో రోజులు నిలబడలేదు. గౌరి ప్రసవించే సమయానికి ముందుగానే అమ్మ ప్రాణం విడిచింది.

కార్యక్రమాలు పూర్తయి రోజులు గడవగానే, గౌరి కి కాన్పు చేసిన మంత్రసానమ్మ తమకు పండంటి అమ్మాయి పుట్టిందనే వార్త తనకు శరాఘాతమయ్యింది.

గౌరిని, బిడ్డను చూడటానికి వెళ్తే బయటకు వెళ్ళమని గౌరి తనకు చేతితో సైగలు చెయ్యడం తన కంటి వెంట నీళ్ళు తెప్పించాయి.

ప్రసవ గదిలోనుంచి బయటకు వచ్చి అమ్మ కూర్చునే వాలు కుర్చీలో కూర్చున్నాడు.

ఆ క్షణం నుండి గౌరి చెప్పిందే జరుగుతోంది. ఆవిడ ఏమి చేసినా ఎదురు చెప్పడానికి వీలు లేదు. రోజులు గడుస్తున్నాయి. క్రమేణా గౌరి ప్రవర్తనకు అలవాటు పడిపోయాడు.

కుమార్తెకు తన అమ్మ పేరు పెట్టాలని కోరితే గౌరి ఒప్పుకోవడంతో గీతాంజలి నామకరణం చేశారు. రోజులు గడిచేకొలది గౌరి తన మాట వినేలా వుందని సంతోషపడ్డాడు. రోజులు గడిచే కొలది అదొక భ్రమని తేలిపోతోంది.

అచ్చట, ముచ్చట లేకుండా గీతాంజలిని పెంచుతోంది. సరిగ్గా పట్టించుకోదు. అందంగా వున్నా మురికి గానే వుంచుతుంది. సరైన బట్టలు కూడా తొడగదు. పండుగని కొత్తబట్టలు తెస్తే వాటిని తగలబెట్టేస్తుంది. అదేమని అడుగుతానేమోనని 'నిన్ను వదలి వెళ్లిపోతానని' కళ్ళతో బెదిరిస్తుంది. గీత వయసు పెరిగే కొద్దీ ఇంటి పనులు చేయించడం ప్రారంభించింది.

గీత ని స్కూలుకు పంపిస్తుంటే బ్యాగ్ లోనుంచి కొన్ని పుస్తకాలు తీసి ఇంట్లో దాచిపెట్టేది. పాఠశాలలో తను చదువుకోవడానికి పుస్తకాలు వుండేవి కావు. ఒక్కొక్క రోజు నోటు పుస్తకాలు, మరొక రోజు పెన్సిల్ వుండేది కాదు. ఒక్కసారి చెబితే సులభంగా

ఏవిషయాన్నయినా ఆకళింపు చేసుకుంటుంది. ఏపనైనా శ్రద్ధతో చేస్తుంది. కోపం ప్రదర్శించదు. ఆరవతరగతికి రాకుండానే చదువుకు స్వస్తి చెప్పాల్సి వచ్చింది.

సంవత్సరాల నుండి శశిధర్ పడుతున్న మానసిక ఘర్షణ వల్ల ఫలితం శూన్యం.

గుండెల్లో ఆవేదన తప్ప ప్రయోజనం వుండదు. అయినా గుర్తుకు వస్తూనే వుంటాయి.

జ్ఞాపకం తెచ్చుకొని కొంతసేపు మానసికవేదన మౌనంగా అనుభవించాల్సిందే.

గీతాంజలికి పెళ్లి సంబంధం ఏక పక్షంగా చూసింది. తనకు కనీసం మాట వరసకైనా చెప్పలేదు.

సంవత్సరాలు గడుస్తున్నా గౌరి నైజం లో మార్పు రాకపోవడం తన మనసును కలచి వేస్తుంటుంది.

తనకు వివాహం జరిగేటప్పటికి తానొక రైస్ మిల్ లో గుమాస్తా. నేడు అదే రైస్ మిల్ కి యజమాని, అయినా ఇంట్లో తన మాట లెక్కలేదు. అసలు తనంటేనే లెక్కలేదు. బయటివారికి జనాభాలో లెక్కలో ఉన్నానంతే.

ఆలోచనలు మనసును మధనం చేస్తున్నాయి.

"బ్యాగ్ లో పుస్తకాలు తీసి దాచేస్తే అది ఎలా చదువుకుంటుంది"

"నోరు లేస్తున్నట్లుంది. నోరెత్తితే జరిగే పరిణామం తెలిసికూడా ఎదురు ప్రశ్నిస్తున్నావంటే... దీనికెందుకు చదువు? ఎవరిని ఉద్ధరించాలి. ఇందులో తప్పంతా నీదే కదా? ఇంకా బుకాయిస్తుంటావు. మరొక సారి నోరుతెరిస్తే ...జరగాల్సింది జరుగుతుంది...."

"నా తప్పు అంటే అర్థం కావడం లేదు"

"నాకు సంతానం అంటే యిష్టం లేదని మొదటి రాత్రే చెప్పాను"

'మరెందుకు పెళ్లి చేసుకున్నావు"

"నువ్వు అడిగావా? నేను చెప్పడానికి"

మౌనంగా చూస్తున్నాడు గౌరివైపు...

"నాకడుపున పుడితే అబ్బాయే పుట్టాలి"

"అదెలా కుదురుతుంది?"

"నాకనవసరం. నీకు ఇష్టమైతే ఉండు. లేకుంటే తెగదెంపులు చేసుకొని నీదారిన నువ్వు పో"

"జరిగిపోయిందేదో జరిగిపోయింది"

"అమ్మ మాట కోసం వివాహం చేసుకున్నాను. ఇప్పుడు నిన్ను అర్ధాంతరంగా వదిలి పెడితే...అమ్మ గుండె ఆగిపోతుంది"

"అవన్నీ నాకు తెలియదు. నాతో కాపురం చెయ్యాలంటే అబ్బాయిని కంటానని ఒప్పుకుంటేనే.."

"చాదస్తం బాగా ఎక్కువగా వుంది"

"నేను చెప్పిన దానికి తల ఊపుతావా లేదా ముందు చెప్పు"

"ఒప్పుకోక చస్తానా"

"అలా రా దారికి"

జరిగిపోయిన విషయాలు రకరకాలుగా తెరలు తెరలుగా శశిధర్ ను చుట్టు ముడుతున్నాయి.

వరండాలో కొత్త చీర, జాకెట్టు వేసుకొని కుందనపు బొమ్మలా గీత కనిపిస్తోంది.

గీత ను చూస్తుంటే కలిగే ఆనందం కంటే, గీత పడే కష్టం శ్రమ తనను దుఃఖంతో నింపేస్తుంది.

కన్న బిడ్డకు సరైన ఆహారం, బట్టలు, చదువు ని సమకూర్చ లేని అసమర్థపు తండ్రి ఒక తండ్రేనా? పుట్టినప్పటినుండి అష్ట కష్టాలు పడుతోంది. మౌనంగా ఎన్నాళ్లు ఇలా భరిస్తుందాలి?

వివాహాన్ని నిలుపుదల చెయ్యడం తన వల్ల అవుతుందా? ఇన్నేళ్ల కాపురం, తను సమాజం లో ఏర్పరచుకున్న సత్సంబంధాలు, సామాజిక హోదా తన చేతులను కట్టిపడవేస్తోంది.

గడియారపు ముల్లు వేగంగా తిరుగుతోంది.

పెళ్లి వారొస్తున్నారని కబురు రావడం తో శశిధర్ ఇంటి బయటకు వెళ్ళి వారిని సాదరంగా ఆహ్వానించాడు.

ఇంట్లోకి ప్రవేశిస్తున్న పెండ్లి కుమారుని చూసి నిశ్చేష్టుడయ్యాడు శశిధర్.

హాల్లో అందరూ కూర్చున్నారు.

గీత అందరికీ గ్లాస్ లలో మంచి నీళ్ళు ఇస్తూ పెండ్లి కుమారుని చేతికి అందించి అతని మొఖం వైపు చూసింది.

తేడాగా కన్పిస్తున్నాడు. శరీరమంతా ఊపుతున్నాడు. కనురెప్పలు ఆర్పడం లో తేడాగా కనిపించాడు.

గీత సౌందర్యానికి పెళ్లి చూపులకొచ్చిన వారు మురిసిపోతున్నారు.

పెళ్లి కుమారుని ప్రవర్తన వింతగా అనిపిస్తోంది.

శశిధర్ కు అర్థమయ్యింది.

సౌందర్యవతైన గీత ను ఇతడికిచ్చి వివాహం చెయ్యడం తన మనసుకు నచ్చడం లేదు.

మగ బిడ్డకావాలనే మమకారం ముందు, సంసారాన్ని నడిపించే తనపై ద్వేషం, కూతురిపై పగ, శతృత్వం మనిషిని ఇంతటి హీనంగా మారుస్తుందా? మనసును కఠిన శిలగా మారుస్తుందా? కన్న కూతురని కూడా చూడకుండా వదిలించుకోవడానికి ఇలాంటి సంబంధం కుదర్చడ మేమిటి? స్త్రీ కి ఉండాల్సిన ఆలోచనలేనా? గీత కు ఇలాంటి వివాహం చేసి తన జీవితమంతా అంధకారం చెయ్యడం తప్ప మరొకటి లేదు. దీని వల్ల గౌరికి కలిగే లాభం ఏముంది? కేవలం ఇష్టం లేని కూతురిపై పగ సాధించడం తప్ప. కూతురు కంటే కొడుకు గొప్ప వ్యక్తవుతాడా?

ఆలోచనలతో నోరు ఎండిపోతోంది.

ఆర్థికంగా, సామాజికంగా ఒకస్థాయిలో వుండి కూడా కళ్ల ఎదుట కూతురుకి జరుగుతున్న అన్యాయం ఖండించలేని, నిరోధించలేని తన జీవితానికి అర్థం పరమార్థం వుందా?

ఆలోచనలకు ముగింపు పలికి కార్యాచరణ ప్రారంభించాలకున్నా ధైర్యం సరిపోవడం లేదు.

పెళ్లి చూపుల కార్యక్రమం కొనసాగుతోంది.

అన్నింటికీ మూల కారణమైన గౌరి పనులన్నీ చక్క బెడుతోంది.

గడియారపు ముల్లు తిరగడం ఆగిపోయినట్లుంది. కాలం ముందుకు జరగడం లేదు. అసహనం తన మనసును వేధిస్తోంది.

పెళ్లి సంబంధం ఖాయం చేసుకున్న మాటలు చెవిలో పడగానే గుండెల్లో బండరాయి పడినట్లనిపించింది. తన నిస్సహాయతకు ఎవరు జాలి చూపుతారు.

కన్న కూతురు భవిష్యత్తు కు మించిన మరొక ఉన్నతమైన పని ఏముంటుంది. ఎంత డబ్బు సంపాదించినా, సమాజం లో ఎంతటి హోదా కలిగివున్నా ప్రయోజనం శూన్యం.

ఇన్ని సంవత్సరాలలో తనకు ఇది కావాలని నోరు తెరచి అడిగింది లేదు. అడగకపోయినా తండ్రిగా తను నిర్వర్తించాల్సిన భాధ్యత ఏమైంది?

భార్యను కట్టడి చేయలేక, మాట ఎదురు చెప్పలేక కళ్ల ఎదుట కూతురి జీవితం నాశనమవుతుంటే మౌనంగా భరించడమంత దౌర్భాగ్యం మరొకటి ప్రపంచ మానవ జీవితం లో వుంటుందా?

కడుపులో ఆలోచనలే కాని బహిర్గత పరచని వేదన వల్ల ప్రయోజనం శూన్యం.

గడియారపు ముల్లు గిర గిరా తిరుగుతోంది.

తాంబూలాలు మార్చుకోవడం వివాహ ముహూర్తం నిర్ణయం జరిగి పోయింది.

బీరువా తాళం తీసి తను కొనుగోలు చేసిన స్థిరాస్తులకు సంబంధించిన కాగితాలు బయటకు తీశాడు. అవి తనను వెక్కిరిస్తున్నాయి.

ఎర్ర బట్టలో కట్టి వున్న బంగారు ఆభరణాలకోసం వెదికాడు. కనిపించడం లేదు. వాటికోసం మరొక సారి వెదికాడు. ప్రయోజనం లేకుండా వుంది.

అసహనంగా అక్కడనుండి బయటకు వచ్చాడు. తన చిట్టి తల్లి గీత కోసం గౌరి కి తెలియకుండా చేయించిన బంగారు ఆభరణాలు కనిపించక పోయేటప్పటికి మనసు ఆవేదనతో మరింత బరువెక్కింది.

వయసు పెరుగుతున్నా మనసులో గూడుకట్టుకున్న న్యూనతాభావం తనను వెంటాడుతూనే వుంది. నోరున్నా మాట్లాడలేని పరిస్థితి.

ఇంటిముందు పందిరి వెయ్యడం, యజ్ఞానికి ఏర్పాటు చెయ్యడం, కొబ్బరి ఆకులతో గుంజలకు అందంగా అల్లడం, వీధి అంతా పెళ్లి కళ ఉట్టిపడుతోంది.

గౌరితో కలసి కన్యాదానం ముగించాడు. దానం ఇవ్వడం ఏమిటి? అందమైన కూతుర్ని అనామకుని చేతిలో అభద్రంగా అప్పజెప్పడం, భవిష్యత్తు సంకేతం ఏమైవుంటుందో వూహించడం అంత కష్టం కాదు.

మనసులో మాటలు బహిర్గత పరచకుండానే, ఆవేదన తీరకుండానే అన్ని పనులు ముగిసిపోయాయి.

కళ్ళనుండి కన్నీరు వరదలా ప్రవహిస్తే ప్రయోజనం ఏముంటుంది? భార్యను, తన మనసును, ఆలోచనలను కట్టడి చెయ్యక సంసార జీవితం లో సరిదిద్దుకోలేని పెద్ద తప్పిదానికి పాల్పడ్డాడు. అబ్బాయే పుట్టాలని మూర్ఖం గా అశాస్త్రీయంగా కోరినప్పుడే గౌరి కోరిక అభ్యర్ధన తిరస్కరించి నట్లయితే నేడు ఈ పరిస్థితి దాపురించేదా? ఫలితం కుమార్తె అనుభవించాల్సి వచ్చింది.

అబ్బాయి పుట్టి వుంటే తిండి, బట్టలు, చదువు గీతకు తిరస్కరించడం లానే జరిగి వుండేదా? లింగ వివక్ష ఆడవారికంటే మగవారి మౌనమే ప్రోత్సహిస్తున్నట్లుంది. వాస్తవం కాదనలేరు. పురాతన సమాజమైనా, ఆధునిక సమాజమైనా ఆడపిల్లలపై ఇంతటి వివక్ష చూపడంలో తేడా లేదు. కాలం గడిచే కొలది, ఆధునికత పెరిగే కొలది ఎక్కువ అవుతుందే కాని మార్పు సంభవించడం లేదు. కవులు, గాయకులు, కళాకారులు గ్రంథాలను సృష్టించినా ఆశించిన ప్రయోజనం, సమాజంపై దాని ప్రభావం లేకపోవడం కడు శోచనీయం.

వేకువ జామునే నిద్రలేవడం, చీపురు, చేట చేత పట్టి అంట్లు తోమి, బట్టలుతికి అదనంగా భర్తకు కావాల్సిన అన్ని అవసరాలు తీర్చడం, అన్నం కూడా తినిపించాల్సి రావడం ఒక్కొకసారి భర్త ప్రవర్తన భరించలేనంతగా వున్నా, మౌనంగా భరించడం గీతాంజలి జీవితంలో భాగమైపోయింది.

రోజులు గడుస్తున్నాయి.

వివాహమై ఇన్ని సంవత్సరాలైనా అమ్మ గౌరి, నాన్న శశిధర్ గాని తమ ఇంటి వైపు చూడకపోవడం మనసును కష్టపెడుతున్నా భరిస్తూ కాలం గడుపుతోంది.

వయసు పెరిగే కొలదీ మానసిక కోరికలు అనంతంగా వుంటాయి. అదీ వివాహిత భర్తతో పంచుకొనే ఆప్యాయత, అనురాగం, శృంగారం కాలానికి అతీతమైనవి. అవి వివాహిత జీవితంలో లోపిస్తే? అబల జీవితం ఎలా వుంటుందో చెప్పాల్సిన పనిలేదు.

ఆడదానికొచ్చే జీవిత సమస్యల న్నింటికీ మౌనమే సరైన సమాధానామా?

వివాహమైన తరువాత వచ్చే నెలసరి కొంచెం బాధగానే అనిపిస్తుంది. భర్త సాంగత్యంతో మాతృత్వం కోసం మనసు ఆరాటపడుతుంది.

మనసు రెక్కలు విప్పి విహరిస్తుంది. అది లోపిస్తే? ఆడదాని జీవితం ఎలాగడుస్తుందో ఇట్టే పసిగట్టవచ్చు.

నాలుగు రోజుల అనారోగ్యం తదుపరి శక్తిని పుంజుకొని ఇంటి పనులన్నీ ముగించుకొని గీతాంజలి తన భర్త పక్కన వెల్లికలా పడుకొని ఆలోచనల్లో అనుభూతుల నిర్లిప్తత, బాధల బతుకు భారమనిపిస్తుంది. రాత్రి సమయం గడచిపోతోంది.

నిద్ర రావడం లేదు. పక్కనే పడుకొని నిద్రిస్తున్న భర్త వైపు గీత చూసింది.

వెల్లికలా పరుండిన గీత ఎదపై బంగారు మంగళ సూత్రాల మెరుపు తనను వెక్కిరిస్తూ కనిపిస్తున్నాయి. జీవిత అంధకారానికి ప్రతీకలైన వాటిని పట్టుకొని మెల్లగా తన కళ్ల దగ్గరకు తీసుకుంటూ వాటి వైపే చూస్తూ వుండిపోయింది.

తియ్యని నమ్మకం

బస్ స్టాండ్ లో బల్లపై కూర్చొని బస్ కోసం ఎదురు చూస్తున్నాడు. వచ్చే బస్ వెళ్ళే బస్ తనకు ప్రయోజనం లేదు. తనెక్కాల్సిన బస్ కోసం ఎదురు చూస్తూనే వున్నాడు. పిల్లర్ పై వున్న బోర్డు ను చూశాడు ప్రతి ఇరవై నిముషాలకు ఒక బస్ అని వుంది. తను బస్ స్టాండ్ కి వచ్చి అరగంటకు పైన అయ్యింది.

"ఒంటరిగా ఎందుకు చెప్పండి. అబ్బాయికి ఫోన్ చేస్తే వచ్చి తీసుకెళ్తాడు కదా... ఈ వయసులో మీరు శ్రమ పడడం ఇష్టంగా లేదు. తోడుకు నన్ను రమ్మన్నా వద్దని మొండికేస్తున్నారు. రోజు రోజుకి చిన్న పిల్లల మనస్తత్వం అబ్బుతోంది" భార్య లీలావతి మాటలకు కోపం వచ్చింది.

"నా వయసు ఏమి మించిపోయింది. ఉద్యోగం నుండి రిటైర్ అయి నిండా ఐదు సంవత్సరాలు కూడా కాలేదు. అప్పుడే ముసలి వాడి నైపోయానా" గట్టిగా చెప్పాడు లోకనాథం.

"ముప్పై ఐదేళ్లు ఆఫీసరుగా పని చేసిన మీకు నేనేమి చెబుతానులే. మీరు మాత్రం ఏమి వింటారు..మీ మాట కాదనేదేముంది? మీయిష్టం" మూతి తిప్పుకుంటూ వేడి వేడి కాఫీ చేతికిచ్చింది.

"గుక్క గుక్క ఎంతరుచి. నువ్వు కాఫీ కలిపినట్లు మరెవరూ కలపలేరు..." మెచ్చుకుంటూ కాఫీ తాగుతున్నాడు.

"అంతే కాని నేను చెప్పిన మాట మాత్రం పెడచెవిన పెడతారు"

లీలావతి కి వయసు పెరుగుతున్నా తరగని అందం తనను ఆహ్లాద పరుస్తూ వుంటుంది. భార్య వైపు చూస్తూ కాఫీని ఆస్వాదిస్తున్నాడు.

ఖాళీ కప్పు భార్య చేతి కందించాడు.

"ఇంత డబ్బు బ్యాగ్ లో పెట్టుకోకుండా ఎలా తీసుకెళ్తారు"

"అది ఎంత డబ్బు? రెండు వందల రూపాయల కట్ట, వదరూపాయల కట్ట అంతే కదా? గాబరా పడతావెందుకు? సర్వీస్ లో వుండగా లక్షలాది రూపాయలు బ్యాంక్ నుండి చేతితో పట్టుకొని లెక్క లేనన్నిసార్లు ఆఫీసుకొచ్చిన సందర్భాలు నీకు తెలియదా? ఒక్కసారైనా ఇబ్బంది కలిగిందా? ప్రతిదానికి భయపడతావు? గుడ్డ సంచి ఇవ్వు చాలు"

'ఎదుట వారి మాటలు ఎప్పుడు ఆలకించారు కనుక ఇప్పుడు వినడానికి, నానోరు వూరుకోక ఏదో ఒకటి అంటుంటాను' మనసులో గొణుక్కుంటూ గది లోకి వెళ్ళి పసుపురంగు బట్టతో కుట్టిన చేతి సంచి తెచ్చి భర్త కిచ్చింది.

"సర్వీస్ లో వుండగా తిరుపతి లడ్లు తెప్పించినప్పటి సంచి. అది కనిపించలేదా?" అన్నిటా కలసి వస్తోందని అడిగాడు.

"వెదికాను. నామతిమరుపు మండ, గుర్తుకురావడంలేదు, ఎక్కడ దాచానో. అందుకే నేను కుట్టిన చేతి సంచి ఇస్తున్నాను. ఇది కూడా కలసివచ్చే జాతకం వున్నదే"

"సరే! నీమాట కాదనేది ఏముంటుంది"

రెండు నోట్ల కట్టలను రబ్బరు బ్యాండ్ లు వేసి సంచిలో పెట్టుకున్నాడు.

"ఇక బయలు దేరతాను"

"జాగ్రత్తగా వెళ్ళి రండి. గాబరా పడకండి. ఆలస్యమయితే అక్కడే భోజనం చేయండి"

"జాగ్రత్తలు చెప్పడం నీ తరవాతనే ఎవరైనా" అంటూ సంచి మడతబెట్టి చేతితో పట్టుకొని ఇంటి నుండి నడుచుకుంటూ బస్ స్టేషన్ కు చేరాడు.

పల్లె వెలుగు బస్ రానే వచ్చింది.

బస్ ను చూసి బల్లపైనుండి లేచి బస్ ఎక్కడానికి మెట్లు ఎక్కుతుంటే కొంచెం ఆయాసమనిపించి, తలతిరిగి ఒక వైపుకు వాలుతుండడం చూసి కింది మెట్టు పై నిలబడి వున్న యువతి తన రెండు చేతులతో ఆసరాగా పట్టుకొని బస్ లోపలకు నడిపించింది.

ఎడమ చేతి వైపు ఇద్దరు కూర్చునే సీట్ లో కిటికీ సీటు లో కూర్చోడానికి సహకరించింది.

రెండు మూడు నిమిషాలకు కళ్ళు తెరచి చూశాడు లోకనాథం.

"మీ ఆరోగ్యం బాగున్నట్లు లేదు. ఆసుపత్రికి వెళ్ళి డాక్టరు గారిని సంప్రదిస్తే మంచిదనుకుంటాను" లోకనాథం పక్కన కూర్చుంటూ సలహా ఇచ్చింది.

"నీపేరు"

"కోమలి"

"నేను వెళ్తుందే పరీక్షలు చేయించుకోవడానికి, నీతో చెప్పించుకొనే స్థితిలో లేను"

"మీరు తూలుతుంటే సీట్లో కూర్చో బెట్టాను.. మీ ఇష్టం"

"సరే. థాంక్స్" అని కళ్ళు మూసుకొని చేతి సంచి రెండు చేతులతో పట్టుకొని ఒడిలో పెట్టుకున్నాడు లోకనాథం.

కొద్దిసేపటికి టికెట్ ఇవ్వడానికి కండక్టర్ వచ్చి అడిగాడు.

కళ్ళు తెరచి జేబులో నుండి డబ్బులు ఇచ్చి టికెట్ తీసుకొని, తిరిగి కళ్ళు మూసుకొన్నాడు.

బస్ బయలు దేరింది.

ఆసుపత్రికి చేరడానికి ఇంకా అర గంట సమయం పడుతుంది. అప్పటిదాకా విశ్రాంతి తీసుకున్నట్లుంటుందని కునుకు తీయడానికి ప్రయత్నిస్తున్నాడు.

ఇంట్లోనే కాదు బయట కూడా సలహాలు ఇచ్చేవాళ్లు ఎక్కువైపోయారు. ఆలోచనలతో కునుకు లోకి జారుకోవడం కష్టంగా అనిపిస్తోంది.

మెల్లగా కళ్ళు తెరచి కిటికీ వైపు చూశాడు. చెట్లు, చేమలు అందంగా ఆహ్లాదంగా కనిపిస్తున్నాయి. ఎండ ఎక్కువగా వుండడంతో దాహంగా అనిపిస్తోంది.

ఎవరిని అడగాలి. నీళ్ల బాటిల్ ఇంటి వద్దనుండి తీసుకొచ్చినా పోయేది. అప్పటికీ లీలావతి గుర్తు చేస్తూనే వుంది. ఆలకించకపోవడం తన తప్పే.

నోరు పిడచ కట్టుకు పోతోంది. నాలుకతో పెదవులను తడి చేసుకుంటున్నాడు.

"మీకు దాహంగా వున్నట్లుంది. తాగండి. ఇవిగో మంచి నీళ్ళు" అని తన హ్యాండ్ బ్యాగ్ నుండి చిన్న వాటర్ బాటిల్ ఓపెన్ చేసి ఇచ్చింది.

"చాలా థాంక్స అమ్మా" అంటూ బాటిల్ తీసుకొని గట గటా తాగేశాడు.

"పట్టుకొని తాగడానికి సౌకర్యంగా వుంది"

"అవునండి. ఇది పావు లీటరు వాటర్ బాటిల్. హ్యాండ్ బ్యాగ్ లో పెట్టుకోవడానికి బాగుంటుందని తెచ్చుకుంటాను"

"చాలా సంతోషం"

"మీకు ఇలా ఉపయోగపడడం సంతోషంగా వుంది"

"ఏమో అనుకున్నాను. అడగకుండానే దాహాన్ని తీర్చావు. నీలాంటి యువతులు సమాజం లో ఆదర్శంగా వుంటే ఇక అంత కంటే ఏమి కావాలి"

ఖాళీ బాటిల్ తిరిగి ఇచ్చేశాడు.

"అంత పెద్ద మాటాలెందుకులెండి. మీరు ఇబ్బంది పడడం చూసి నావద్ద వున్న వాటర్ బాటిల్ ఇచ్చాను. ఎలాగూ విజయవాడ లో దిగగానే మావారు వచ్చి నన్ను తీసుకెళ్తారు"

"సరేనమ్మా. మణిపాల్ ఆసుపత్రి స్టాప్ రాగానే నన్ను లేపితే అక్కడ దిగుతాను"

"తప్పకుండా సార్" మాటల ఆప్యాయత కు ముగ్దుడయ్యాడు.

కోమలిని చూస్తుంటే తన పెద్ద కూతురు గుర్తుకొస్తోంది. ముగ్ధ మనోహరంగా వుంది. మనసు సున్నితంగా ఎదుటివారికి సహాయపడే తత్వం తన జీవితంలో ఎంతోమంది తారసపడ్డారు, కాని ఇంతలా తక్కువ సమయంలో మనసును మెప్పించిన వారు కనిపించలేదు.

సంతోషంగా మరొకసారి కళ్ళు మూసుకొని కునుకు తీయడానికి ప్రయత్నిస్తున్నాడు. మెల్లగా నిద్రలోకి జారుకున్నాడు లోకనాధం.

బస్ ప్రయానిస్తోంది. నిర్దేశించిన స్టాప్ లలో బస్ ఆగుతోంది. కొందరు బస్ ఎక్కడం, దిగడం జరిగిపోతున్నాయి.

మణిపాల్ ఆసుపత్రి బస్ స్టాప్ వచ్చింది. అక్కడ ఎక్కువమంది ప్రయాణీకులు దిగే వారుండడంతో కండక్టర్ పెద్దగా చెబుతున్నాడు.

కండక్టర్ కేకకు లోకనాధానికి మెలకువ వచ్చింది.

చేతిలో వుండాల్సిన సంచి, తన రెండు కాళ్ళ మధ్య బస్ లో పడి వుంది. ఒక్కక్షణం తొట్రుపాటుకు గురయ్యాడు. సంచి కనిపించగానే ఆనంద పడ్డాడు.

పక్క సీట్లో కోమలి కోసం చూశాడు. కనిపించలేదు.

సంచిని తీసుకొని మెల్లగా బస్ దిగాడు.

విజయవాడ లో దిగాల్సిన కోమలి తన కంటే ముందుగానే ఎందుకు దిగి వెళ్లి వుంటుంది. అత్యవసర పరిస్థితి కలిగిందా? తన ఫోన్ నెంబర్ తీసుకున్నా బాగుండేది. జరిగిన విషయం తెలుసుకొనే వాడిని. విజయవాడలో తన భర్త వచ్చి తీసుకెళ్లటానికి వస్తానని చెప్పింది మరెందుకు అర్థాంతరంగా దిగిపోయింది. ఆలోచనల తో అడుగులో అడుగులు వేసుకుంటూ ఆసుపత్రి వైపు వెళ్తున్నాడు.

చేతి సంచి ని జాగ్రత్తగా పట్టుకొని ఆసుపత్రికి చేరుకున్నాడు.

రిసెప్షన్ కౌంటర్ దగ్గరకు వెళ్ళాడు. తను తీసుకున్న అపాయింట్మెంట్ గూర్చి ఆరా తీస్తున్నాడు.

"మీ పేరు"

"తెన్నేటి లోకనాధం"

"ఓకే అండి. మీరు ముందుగా నాల్గవ కౌంటర్ లో డబ్బు కట్టండి. ఆసుపత్రి సిబ్బంది అక్కడ నుండి మిమ్ములను తీసుకెళ్తారు. వరుసగా పరీక్షలు నిర్వహిస్తారు. మీతో బాటు ఎవరైనా వచ్చారా?"

"లేదు. అవసరం లేదు. ఎవరి సహాయం లేకుండా నాపని నేను చేసుకోగలను"

"ఫర్వాలేదండీ. మాస్టాఫ్ చూసుకుంటారు. ఈ చీటీ తీసుకొని డబ్బు చెల్లించండి. కొన్ని పరీక్షల తదుపరి మీరు తిరిగి ఎంత చెల్లించాలో తెలియ చేస్తాము. అప్పుడు కౌంటర్ లో కట్టవచ్చు"

"అలానే" అంటూ చీటీ తీసుకొని క్యాష్ కౌంటర్ దగ్గరకు వెళ్ళి డబ్బు కోసం చేతి సంచి ఒక చేతితో మడత తీసి డబ్బుకోసం మరొకచేతిని సంచిలో పెట్టాడు.

పట్టుకొని బయటకు తీసి చూశాడు.

కోమలి తనకు నీళ్ళు తాగమని ఇచ్చిన సగం నిండిన వాటర్ బాటిల్ కనిపించింది. ఆదుర్దాగా సంచిలోపల మరొక సారి వెదికాడు.

ప్రయోజనం శూన్యం. సగం నిండిన నీళ్ళ బాటిల్ తప్ప డబ్బు కట్టలు లేవు.

గుండె ఒక్కసారి ఆగినంత పని అయింది.

ఇన్నేళ్ల అనుభవం, ప్రభుత్వ ఉద్యోగం చేస్తున్నప్పుడు పొందిన ఉత్తమ అవార్డులు, అతి జాగ్రత్త అన్నీ నేడు బలాదూర్ కావడం తో కళ్ళు బయర్లు కమ్ముకుంటున్నాయి.

ఆలోచిస్తూ అక్కడే వున్న కుర్చీలో కూలబడ్డాడు.

మనసు అలజడితో నిడిపోతోంది.

కొద్దిసేపటికి తేరుకొని మెల్లగా కళ్ళు తెరచి చూశాడు. కళ్ళముందు అపహాస్యంగా నవ్వుతూ రెండు చేతులు ఊపుతూ కనిపిస్తోంది.

అస్పష్టంగా కోమలి ముఖం కనిపిస్తోంది. కళ్ళు మరొకసారి మూసి తిరిగి మెల్లగా తెరచి చూస్తున్నాడు. ఆసుపత్రిలో రోగులు, నర్స్ లు, డాక్టర్లు అటూ ఇటూ నడచి వెళ్ళడం కనిపిస్తోంది.

ఆలోచించి చెప్పే భార్య లీలావతి మాటలు ఇక శేష జీవితమంతా విని పాటించాల్సి వుందని మరొకసారి నిశ్చయించుకున్నాడు.

నట్టు

"కఠోర శాస్త్రి గారున్నారా?"

"ఎవరు?"

“నేనండి.... శివరామయ్య ను...."

మాట వినపడుతోంది. మనిషిని చూడడానికి జానకి పమిట చెంగు నడుంకి చుట్టుకొని దోపి బయటకు తొంగి చూసింది.

"శివరామయ్య... మీకు తెలుసుగా... అలా గేటును పట్టుకొని పిలుస్తున్నావు. మైలపడిపోదూ... వయసొచ్చింది... ఏమి లాభం ఈశ్వరా!" అసహనంగా పూజ గది లోకి వెళ్ళి రాగిచెంబులో కాస్త పసుపు వేసి నీళ్ళు కలిపి తమలపాకును తీసుకొని గేటు సమీపనికి వచ్చి ప్రక్షాళన చేసింది.

"ఒసేయ్! జానకి! వేకువజామునే నేను ఇంటి ముందు మడికట్టుకొని పసుపు నీళ్ళతో ప్రక్షాళన చేశాను. మరలా ఏమిటి? ఎన్ని సార్లు చెప్పాలి నీకు... అవునులే, కోడలువికదా... వినరు... కూతుళ్ళు లేకపోయే!" మూతి తిప్పుకుంటూ తెల్ల చీర చెంగు తలపై కప్పుకొని ఇంట్లోనుండి కేకలు వేస్తోంది కలుగోలమ్మ.

"అత్తయ్య మీరు ప్రక్షాళన చేయలేదని కాదు... అన్నీ తెలిసిన శివరామయ్య గేటుని ముట్టుకొని మరీ పిలుస్తున్నారు..." జానకి అత్తయ్యకు నచ్చ జెప్పడానికి ప్రయత్నించింది.

"నా మాట ఎప్పుడు లెక్కజేశావు కనక.." అంటూ మెరికలు విరుచుకుంటూ గదిలోకి వెళ్లింది.

జానకి ఇంట్లోకి వచ్చింది.

ఇదంతా గమనిస్తున్న శివరామయ్య నాలిక కరచుకున్నాడు.

'చిన్న నాటి స్నేహితుడు, చాలా రోజులయ్యింది చూసి, పలకరించి...ఇప్పుడు నాన్నగారి తిథి రావడంతో కఠోర శాస్త్రి కోసం వస్తే ఇలా మాట అనిపించుకోవాల్సి వచ్చింది' ఎదురు మాట్లాడకుండా గేటు కి దూరంగా జరిగి నిలబడ్డాడు. జానకి వచ్చి తనను చూసి మరీ వెళ్లింది. సమయం గడుస్తున్నా సమాధానం లేదు.. అసహనంగా అక్కడే వేచి ఉండి గేటు

సందుల్లో నుంచి ఇంట్లోకి తొంగి చూస్తున్నా ప్రయోజనం కనిపించడం లేదు.

"పంచె ఎంతసేపు సవరించుకుంటావు? బయట నీకోసం శివరామయ్య వేచి వున్నాడు. తొందరగా వెళ్తే ఈ రోజుకు పూట గడుస్తుంది..." తొందర చేస్తోంది అమ్మ కలుగోలమ్మ.

"ఇదిగో కాఫీ! హడావుడిలో పడి నోరు కాల్చుకోకండి. మీ కోసం వచ్చిన శివరామయ్య మరి కాసేపు గేటు దగ్గరే వుంటాడు"

జానకి చేతిలో నుంచి కాఫీ తీసుకొని నోటిదగ్గర పెట్టుకొన్నాడు. ఘుమ ఘుమలకు వేడిగా వున్న కాఫీని గభాలున సిప్ చేశాడు.

నాలుక కాలడంతో చేతిలో కాఫీ కప్పు జారి కింద పడింది.

"చెప్పానా! మీరు ఎవరి మాటా వినరు" జానకి కోప్పడుతోంది.

"ఏంటే ఏమి మాట్లాడుతున్నావు. నా కొడుకుని నానా మాటలు అంటావా? నా వయసు ఎనభై ఆరు సంవత్సరాలు. రోజులు లెక్కబెట్టుకుంటున్నాను. నేను దాటిపోతే నా కొడుకు పరిస్థితి ఏమవుతుందోనని దిగులుగా వుంది" నిష్ఠూరాలు మొదలు పెట్టింది కలుగోలమ్మ.

మరొక కప్పు కాఫీ కప్పు పట్టుకొచ్చి భర్త చేతికిచ్చింది జానకి.

"మీరు కూర్చొని కాఫీ తాగండి. కాఫీ వేడిగా వుండాలంటారు.. ఇస్తే ఇలా నాలుక కాల్చుకుంటారు. కాఫీ కప్పు చేతుల్లోనుంచి జారీ కిందకు పడిపోతుంది. అత్తయ్య గారు నన్ను కోప్పడడం రివాజుగా మారింది" గోముగా భర్తను చెక్క కుర్చీలో చెయ్యి పట్టుకొని కూర్చోబెట్టి పక్కన నిలబడింది.

"ఊదుకొని తాగండి" అంటూ భర్త పంచెపై పడిన కాఫీ మరకలను తడి గుడ్డతో తుడుస్తోంది.

"పంచె సరిగ్గానే కట్టుకున్నారా"

"కట్టుకున్నాను..."

కాఫీ తాగడం ముగించి కప్పు జానకి చేతికిచ్చి కుర్చీలోనుంచి లేచాడు కఠోర శాస్త్రి.

"శివరామయ్య ను చూసి ఎన్నాళ్లు అయింది. వాడిని చూస్తే కాని నాకు తృప్తిగా ఉండదు. ఏమి అవసరం వచ్చిందో ఇంత ప్రొద్దున్నే ఇంటికి వచ్చాడు" అనుకుంటూ ఇంటిగేటు వైపుకు వెళ్ళాడు.

"ఎంతసేపయ్యింది రా వచ్చి? ఇంట్లోకి రావచ్చు కదా"

"గేటు తాకానని సంప్రోక్షణ చేశారు. ఇంట్లోకి వస్తే ఇంకేమైనా వుందా?"

బదులుగా చిరునవ్వు నవ్వుతూ గేటు గడియ తీసి ఇంట్లోకి రమ్మని ఆహ్వానించాడు కఠోర శాస్త్రి.

"వద్దులేరా! పద మాయింటికి వెళ్ళి మాట్లాడుకుందాం" అంటూ శివరామయ్య మెట్లు దిగాడు.

"సరే పద. చెల్లాయిని చూసి చాలారోజులయ్యింది. తన చేత్తో కాఫీ తాగాలనిపిస్తోంది" అంటూ శివరామయ్య భుజం పై చెయ్యి వేసి నడుచుకుంటూ బయలుదేరారు.

"రండి అన్నయ్య గారు. ఎన్ని రోజులయ్యింది మిమ్మల్ని చూసి. అన్నయ్య లేని లోటు మిమ్మల్ని చూస్తే తీరిపోతుంది"

మాలతి ఆప్యాయతకు ముగ్ధుడైపోతున్నాడు కఠోర శాస్త్రి.

సొంత ఇంటిలో స్వేచ్చ గా వుండడానికి కుదరదు. అది నెరవేరే అవకాశం లేదు. ఒకవైపు అమ్మ ఆంక్షలు, మరొక వైపు భార్య నిశిత పరిశీలన. ఇక స్వేచ్ఛ, సంతోషం ఏముంటుంది? ఇంట్లో ఏ చిన్న పని చేసినా విమర్శించడం తప్ప తనను మెచ్చుకున్న సందర్భాలు అరుదు.

శివరామయ్య ఇంట్లో కాసేపు గడిపితే తనకు సంతోషం కలుగుతుంది.

"అవును. అర్థాంతరంగా మాయమై పోయారు. నేనుకూడా గుర్తుకు రానంతగా పని ఏమి వచ్చింది" అంటూ వాలు కుర్చీలో కూర్చున్నాడు.

"అర్ధ రాత్రి కబురు రావడం తో చెన్నై అన్నయ్య దగ్గరకు వెళ్లాల్సి వచ్చింది. ఆదుర్దాలో చెప్పలేదు. తరువాత అక్కడకు వెళ్ళి అన్నయ్య తో బాటు ఆసుపత్రిలో మేముకూడా వుండాల్సి వచ్చింది. అలా నెల రోజులు గడచిపోయాయి. రాత్రే ఇద్దరం ఇక్కడకు వచ్చాము. ప్రొద్దున్నే నిన్ను చూసి పలకరిద్దామని వచ్చాను"

"వాడు ఒంటరిగా అక్కడే వుండడం ఎందుకు? తను కూడా ఇక్కడకు వస్తే మనం అందరం ఇక్కడే వున్నాము. తనకు పింఛను వస్తుంది. ఎవరిపై ఆధారపడకుండా శేష జీవితం గడిపెయ్యచ్చు కదా?"

"అవునురా! ఎన్నో సార్లు చెప్పాను. వదిన మరణించగానే నచ్చ చెప్పడానికి ప్రయత్నించాను. తను చెన్నై వదలి రావడానికి ఇష్టపడడం లేదు"

"సంతానం లేక, భార్య లేక ... ఆ లోటు ఎవరు తీర్చగలరు"

"అన్నయ్య కాఫీ తీసుకో" కాఫీ చేతికందించింది మాలతి.

ఘుమ ఘుమ వాసన వస్తోంది కప్పులోనుంచి. ఆగలేక మాలతి చేతిలోనుంచి తీసుకొని సిప్ చెయ్యడం మొదలు పెట్టాడు.

రెండు నిమిషాలలో తాగి కాఫీ ని ఆస్వాదించాడు కఠోర శాస్త్రి.

"నీ చేతి కాఫీ అద్భుతం మాలతి"

"జానకి కూడా కాఫీ బాగా చేస్తుంది కదా"

"ఏమి చెయ్యడమో జానకి చేత్తో ఇచ్చిన కాఫీ తాగుతుంటే నాలుక కాలుతుంది. చెయ్యి జారి కప్పు కింద పడిపోతోంది. షరా మాములులయ్యింది నాకు"

"నీ ఆరోగ్యం ఎలావుంది" శివరామయ్య అడిగాడు.

"మందులు వాడుతున్నాను. బాగానే వుంది. డెబ్బైలోకి వచ్చేస్తున్నాను. ఇంతకంటే ఆరోగ్యం ఏమి బాగుంటుంది"

"నీకు ఎలాంటి అలవాట్లు లేవు. పైగా నువ్వు హడావుడి పడి పూజలకు, నోములకు, వివాహాలకు, బారసాలకు, గృహ ప్రవేశాలకు కూడా వెళ్లవు కదా"

"నిజమే. వయసులో కూడా ఎక్కువ గా పూజలకు వెళ్ళడం అలవాటు లేదు. పైగా మనవాళ్ల ఇళ్ళల్లో జరిగే శుభకార్యాలకే గదా వెళ్ళేవాడిని. సంభావన కూడా ఆశించను. రెండు పూట్ల తిండి గడుస్తోంది. అంతకంటే నాకు సంతృప్తి మరొకటి లేదు"

"నిన్ను చూస్తే నాకు ఈర్ష్యగా వుంటుంది. గొంతెమ్మ కోరికలు కోరుకోకుండా సామాన్య జీవనానికి అలవాటు పడ్డావు. అందుకే జీవితం సంతోషంగా గడపగలుగుతున్నావు"

"వయసు పై బడడం తో పౌరోహిత్యం తగ్గించుకున్నాను. ఏదో అలా రోజులు గడిపేస్తున్నాను. జానకి గాని, అమ్మ కాని నన్ను డబ్బు విషయం లో ఇబ్బంది పెట్టరు. వెన్ను దన్నుగా వున్నారు కనుకనే ఇలా జీవితం సాఫీగా సంతోషంగా గడచిపోతోంది. పైగా నీలాంటి స్నేహితుడు, పైగా చుట్టం తోడుగా వుండడం జీవితం సంతోషంగా గడచిపోతోంది" మనసులో భావాలు ఒక్కొక్కటిగా పొంగి పొర్లుతున్నాయి. అలా మాట్లాడుతుంటే కలిగే అనుభూతి ఎనలేనిది.

"నిన్ను బంధువుగా కంటే స్నేహితునిగా, శ్రేయోభిలాషిగా భావిస్తాను. మన మధ్య అనుబంధం అలా పెనవేసుకుని పోయింది"

గతస్మృతులు తలచుకుంటుంటే కళ్ళు చెమ్మగిల్లుతున్నాయి కఠోర శాస్త్రి కి.

"నాన్న తిథి రేపు"

"నాకూ గుర్తుందిరా!"

"జానకిని, అమ్మను కూడా ఇక్కడే భోజనానికి తీసుకుని రావాలి"

"ప్రయత్నిస్తాను. జానకిని తీసుకుని వస్తాను. అమ్మగూర్చి చెప్పలేను. తనకున్న పట్టింపులు అసలు బ్రాహ్మణులకే వుండవు. ఎవరి నమ్మకం వారివి. మరోలా అనుకోకు"

"అమ్మ సంగతి తెలియంది కాదు"

"మహేశ్వరులను ఏర్పాటు చేసుకో. నేను వచ్చి కార్యక్రమం జరిపిస్తాను"

"తప్పకుండా"

"పొద్దున్నే తాయారయ్యావు? ఏదైనా కార్యక్రమానికి వెళ్తున్నావా?"

"లేదు. కార్యక్రమం వున్నా లేకున్నా అను దినం ఇలా వేషధారణ లో వుండవలసిందే. మన కుల వృత్తిని నాతండ్రి నుండి నేర్చుకోలేదు. పౌరోహిత్యం వేద పాఠశాలలో నేర్చుకున్నాను. ఆ విద్యే కుటుంబాన్ని పోషిస్తోంది"

"నీలో నాకు నచ్చినది వాస్తవం చెబుతావు, నిష్ఠూరమైనా నిజం మాట్లాడతావు. భేషజాలు లేకుండా వుండడం ఈరోజుల్లో ఎవరి వల్ల అవుతుంది"

"అంతగా నన్ను పొగడాల్సిన పని లేదు. నీతో కాని, నీ కుటుంబంతో ఏర్పడిన అనుబంధం, ఆత్మీయత మరెవ్వరితో నాకు ఏర్పడలేదు. నాపట్ల చూపే ఆప్యాయత, అనురాగం నా బాధలు మరచి సాధారణంగా జీవించడానికి ప్రాణ వాయువుగా మారింది"

"నీతో మాట్లాడుతుంటే మాకు ఎనలేని ఆనందం, సంతోషం కలుగుతాయి. నీలాగా సాధారణంగా జీవించడం అందరికీ అయ్యేపని కాదు. డబ్బుకోసం చెయ్యరాని చూడరాని పనులన్నీ చేస్తున్న కాలమిది"

మాటల్లో ఆత్మీయత నిండి పోయింది, కాలం గిర్రున తిరుగుతోంది.

"అన్నయ్య కు జీడిపప్పు ఉప్మా అంటే ఇష్టమని చేశాను. తినండి" అంటూ రెండు ప్లేట్ లలో ఉప్మా వడ్డించి ఒక ప్లేట్ కఠోర శాస్త్రి అన్నయ్యకు, మరొక ప్లేట్ భర్త చేతికిచ్చింది.

"నిజంగా ఎన్నాళ్లయింది నీచేతితో చేసిన జీడిపప్పు ఉప్మా తిని" అంటూ స్పూన్ తో ఘుమ ఘుమలాడే ఉప్మా లాగించేస్తున్నాడు కఠోర శాస్త్రి.

ఎవరికైనా పురోహితునితో అవసరమనిపిస్తే ముందుగా శివరామయ్య కు చెబితే చాలు కఠోర శాస్త్రికి చెప్పినట్లే. అన్ని కార్యక్రమాలు శివరామయ్య ద్వారానే, నాలుగు దశాబ్దాలనుండి జరుగుతోంది. కఠోర శాస్త్రికి శివరామయ్య మీద అంతటి నమ్మకం. స్నేహం స్వచ్ఛంగా కొనసాగడం గ్రామంలో అందరినీ ఆశ్చర్య పరుస్తుంది. కొందరు నేరుగా కఠోర శాస్త్రిని సంప్రదించినా శివరామయ్యకు చెప్పండని మొహమాటం లేకుండా చెప్పడం కఠోరశాస్త్రి కి అంతటి నైతికత, నమ్మకం.

కఠోర శాస్త్రి నిర్వహించాల్సిన క్రతువు ఎవరి గృహం లేదా వేదిక దగ్గరకు తీసుకెళ్ళడం, వీలైతే పూర్తయిన తదుపరి కఠోర శాస్త్రిని తిరిగి తీసుకు రావడం సర్వ సాధారణం.

శివ రామయ్య సౌమ్యంగా అందరితో మర్యాద పూర్వకం గా మసలుతాడు. తన తండ్రి భూషయ్య ఇప్పుడుంటున్న ఇల్లు తప్ప మరే ఆస్తి సంపాదించలేదు. జీవితమంతా ఎండనక, వాననక కష్టపడి పని చేసే వాడు.

ఎండాకాలం వచ్చిందంటే గ్రామంలో వుండే పది పొగాకు బ్యారన్ లకు మరమ్మత్తులు, వ్యవసాయానికి నాగళ్ళు, పనిముట్లు తయారు చేయడం వాటికి వచ్చే మరమ్మత్తులు సకాలంలో చెయ్యడం గ్రామం లోని రైతు వారీ కుటుంబాలతో విడదీయరాని

అనుబంధం ఏర్పరచుకున్నాడు. ఎవరి వద్దనుండీ డబ్బు ఆశించేవాడు కాదు.

పంటలు రాగానే రైతులు కొంత భాగం ఇంటికి పంపడం ఆనవాయితీ. వాటితోనే తన కుటుంబం పోషించుకొనే వాడు. కరువు కాటకాల సమయం లో తోటి రైతులతో బాటు ఆకలి రోజులు గడిపేవాడు. అలాంటి గడ్డు కాలం లో తాను మిగుల్చుకున్న ధాన్యాన్ని గ్రామంలో బీద వారి కుటుంబాలకు పంచేవాడు. తనకు గ్రామ సర్పంచ్ అవకాశం వచ్చినా సున్నితంగా తిరస్కరించాడు భూషయ్య.

గ్రామంలో కొద్దిపాటి చదువు అందుబాటులో వుండడం వల్ల శివరామయ్య ను అంతవరకే చదివించి తదుపరి తన వడ్రంగి పనుల్లో చేదోడు వాదోడుగా వుంటాడని తన తోనే పనులకు తీసుకు వెళ్ళాడు. తండ్రికి తగ్గ తనయుడు గా శివరామయ్య మంచి పేరు గ్రామంలో సంపాదించుకున్నాడు.

భూషయ్య మరణం, కొద్దికాలానికే అమ్మ కామాక్షమ్మ మరణం ఒంటరివాడైపోయాడు శివరామయ్య.

దగ్గరి బంధువును వివాహం చేసుకున్నాడు.

రోజులు గడిచే కొలది సాంకేతికత ప్రవేశించడం తో వ్యవసాయ పనులు కుంటు బడ్డాయి. పొగాకు ఉత్పత్తి పై ప్రభుత్వం విధించిన ఆంక్షల మూలంగా గ్రామంలో బ్యారన్ లను మూసివేయడంతో తన పనికి అంతరాయం కలిగింది.

అతి కష్టం మీద ఒకటి రెండు వ్యవసాయ పనులు చెయ్యడంలోనే శివరామయ్యకు తృప్తి కలగడంతో సంపాదనకోసం మరొక పని కోసం ప్రయత్నించలేదు.

తన కుటుంబ జీవనం సాదా సీదాగా జరిగి పోవడంతో సంతోషంగానే వున్నాడు శివరామయ్య.

ఇద్దరు అమ్మాయిలకు వివాహం చేసి వారి అత్తవారింటికి పంపించి వేశాడు. బాధ్యతలు సక్రమంగా నెరవేర్చాడు.

గ్రామంలో శివరామయ్య తో బాటు వీరి కులానికి సంబంధించి కఠోర శాస్త్రి కుటుంబం, పెద లక్ష్మయ్య కుటుంబాలు మాత్రమే గ్రామంలో వున్నాయి.

కఠోర శాస్త్రి పౌరోహిత్యం చేస్తూ, పెద లక్ష్మయ్య బంగారపు పని చేస్తూ గ్రామంలో మిగిలిన కుటుంబాలతో కలసి జీవిస్తున్నారు. పెద్దగా ఆర్థిక స్తోమత ఏర్పడకపోయినా వారి కుటుంబ జీవనానికి లోటులేకుండా గడవడం విశేషంగా చెప్పుకోవచ్చు.

గ్రామంలో నివశిస్తున్న పెద లక్ష్మయ్య కుటుంబాన్ని గూర్చి చెప్పుకోవాలి. గ్రామంలో బంగారు ఆభరణాలు తయారీ, మెరుగులు పెట్టడం, కులం తో సంబంధం లేకుండా గ్రామంలో జరిగే అన్ని వివాహాలకు మంగళ సూత్రాలను తయారు చెయ్యడం.

గ్రామంలోని అన్ని కుటుంబాల వారు మంగళ సూత్రాలను మేళ తాళాలతో ఇంటికి

వచ్చి సంభావన సమర్పించుకొని తాళి బొట్టును వివాహానికి ఒక గంట ముందుగా వేదిక వద్దకు తీసుక వెళ్ళడం ఆనవాయితీగా వస్తోంది. అర్ధ రాత్రి అయినా అపరాత్రి అయినా పెళ్లి వారు తాళి కోసం వస్తున్నారంటే పెద లక్ష్మయ్య దంపతులు సిద్ధంగా వుండి వారి కోసం ఎదురు చూస్తుంటారు.

మంగళ సూత్రాలకు డబ్బు తీరుకోకుండానే కేవలం సంభావన, అంటే మానెడు బియ్యం, ఎండు కొబ్బరి చిప్ప, రవిక, పసుపు, కుంకుమ తోబాటు పదకొండు రూపాయలు దక్షిణ తోనే తృప్తి చెందుతారు. మంగళ సూత్రాల విషయం లో చుట్టుపక్కల గ్రామాలలో కూడా పెద లక్ష్మయ్యకు మంచిపేరుంది. దగ్గరగా వున్న గ్రామాలకు చెందిన వారుకూడా శాస్త్రోక్తంగా పెద లక్ష్మయ్య ఇంటికి సాంప్రదాయ బద్ధంగా మేళ తాళాలతో వచ్చి తీసుకెళ్ళడం ఆనవాయితీ.

వృత్తి బంగారు ఆభరణాలు తయారీ అయినా గ్రామం చిన్నది కావడం తో పంటలు పండిన సంవత్సరం మాత్రం పనులుంటాయి. ఎక్కువగా కరువు కాటకాలు ఏర్పడే గ్రామం కావడంతో పెద లక్ష్మయ్య కుటుంబం ఆర్థిక ఆటు పోట్లకు నిలబడి అందరి మన్ననలు పొందుతూ గ్రామంలో జీవనం కొనసాగిస్తున్నారు.

గ్రామంలో నివశిస్తున్న ఈ మూడు కుటుంబాలు ప్రజలందరికీ ఏదో ఒక రూపంలో సేవలు అందిస్తూనే వున్నారు. వీరందించే సేవలకు డబ్బు కొలమానం కానే కాదు.

గ్రామ ప్రజల కష్ట నష్టాలలో భాగం పంచుకుంటూ అందరికీ చేదోడు వాదోడుగా ఉండి కలసి మెలసి కుల, మత బేధాలు లేకుండా మసలుకోవడం చుట్టుపక్కల గ్రామాలవారికి కూడా ఆశ్చర్యమనిపిస్తూ వుంటుంది.

కఠోర శాస్త్రి కుటుంబం పాటించే నిష్ఠ గ్రామంలో అందరినీ ఆశ్చర్యపరుస్తూ వుంటుంది. బ్రాహ్మణులకంటే శుద్ధిగా, శుచిగా, శుభ్రంగా ఆచార వ్యవహారాలు పాటించడం లో నిబద్ధత తో గ్రామ ప్రజలందరి మనసులు గెలుచుకున్నారు.

సమాజానికి అవసరమైన సేవలు వీరి మూడు కుటుంబాలు ఎవరికి వారే సాటిగా వుంటారు. అందరికీ ఆదర్శం గా నిలబడి సాధారణ జీవితం కొనసాగించడం అరుదైన విషయం.

కాలం గడుస్తోంది.

“అన్నయ్య గారూ! టిఫిన్ సరిపోయిపోయినట్లు లేదు. మరి కాస్త వడ్డిస్తాను”

“లేదు. సరిపోయింది”

“నాదగ్గర మొహమాటం ఎందుకు? పదినిముషాల నుండీ గమనిస్తున్నాను. ఖాళీ చెంచాను పదే పదే నాలుకతో రుచి చూస్తున్నారు. ఫర్వాలేదు. ఈరోజు కాస్త ఎక్కువ

మోతాదులోనే వండాను" అంటూ వంటగదిలోకి వెళ్ళి మరికొంచెం ఉప్మా కఠోర శాస్త్రి చేతిలోవున్న ఖాళీ ప్లేట్ లో వడ్డించింది.

కఠోర శాస్త్రి ముఖంలో ఆనందం రెట్టింపయ్యింది. ఇందుకే కదా ఇక్కడకు వచ్చేది అని ముసి ముసి నవ్వుతో స్పూన్ తో తినడం ప్రారంభించాడు.

"శివరామయ్య, ఇంకా ఏమిటి సంగతులు. మన ఇంట్లో కార్యక్రమము సరే. నేను చెప్పాల్సింది ఏముంది. కాత్యాయని ఇంట్లో పొన్నగంటి కూర సీసాలో నిల్వ చేసి వుంటుంది కదా. దానితో కూర చెయ్యమను. అమోఘంగా వుంటుంది. గారెల్లో ఉల్లిపాయ వెయ్యద్దని చెప్పు. కాకుంటే.."

"నాకు తెలుసున్నయ్యగారు. ఎర్రగడ్డ లేనిదే మీకు గారెలు మింగుడుపడవని. ఆ ఏర్పాటు నేను చేస్తాగా..."

"ఒకే గర్భంలో జన్మించకున్నా నామనసులోని విషయాలన్నీ తెలుసుకొని మసలుకోవడం నాకు ఎనలేని సంతోషం కలుగుతోంది"

"సాయంకాలం నారాయణమ్మ గారి ఇంట్లో సీమంతం వుంది. నువ్వే ఆ కార్యక్రమాన్ని నిర్వహించాలి" గుర్తు చేస్తున్నాడు శివరామయ్య.

"అలానే. మరిక నేను ఇంటికి బయలుదేరి వెళ్తాను" అంటూ కుర్చీలో నుండి లేచి నిలబడ్డాడు కఠోర శాస్త్రి.

"భోజనానికి ఇక్కడికే రండి. మీకిష్టమైన ఉర్ల గడ్డ కూర చేస్తున్నాను"

కాత్యాయని మాటలు వినసొంపుగా నోరూరుతున్నట్లు అనిపించాయి.

ముఖం తిప్పి కాత్యాయని వైపు చూసి నవ్వాడు.

"భోజనం చేసి విశ్రాంతి తీసుకొని మన ఇంటి నుండే వేడుకకు వెళ్దాము" శివరామయ్య మాటలకు మరింత సంతోషపడుతూ ఇంటి బయటకు అడుగులేశాడు కఠోర శాస్త్రి.

మెల్లగా ఇంటికి చేరుకున్నాడు.

గేటు తీసిన శబ్దానికి జానకి ఇంట్లోనుంచి వచ్చి తొంగి చూసింది.

"అబ్బాయి వచ్చినట్లున్నాడు. కాస్త గేటు తియ్యవే" గది లో నుంచి అమ్మ పెద్దగా చెబుతోంది.

జానకి గేట్ తీసింది.

భర్త చేతి సంచి తీసుకొని "రండి.. అప్పుడే పూజాకార్యక్రమం అయిపోయిందా" ఉండబట్టలేక అడిగింది జానకి.

"లేదు జానకి. కార్యక్రమము సాయంకాలం, హాజరు కావాలి"

"మరి శివరామయ్య గారి ఇంటికి వెళ్లి వస్తున్నారు కదూ!"

"అవును మరి ఆవిడ నీకు అన్నీ చేసి పెడుతుంది. వాళ్ళే నాకంటే ఎక్కువ" నిష్ఠూరంగా చెప్పింది జానకి.

"నువ్వు ప్రతి చిన్నదానికి ఇలా నిష్ఠూరాలు ఆడితే ప్రయోజనం ఏముంటుంది. నా కార్యక్రమాలన్నీ శివరామయ్య కుదురుస్తుంటాడని నీకు తెలుసు. పైగా పరాయి వాళ్ళను చూసినట్లు గేటు పట్టుకుంటేనే సంప్రోక్షణ చెయ్యాలా? అవన్నీ మనసులో పెట్టుకోకుండా మనకు సహాయపడుతుంటారు. నువ్వు మాత్రం మారవు"

"అనండి. అనండి... నేనేకదా లోకువ.." అంటూ ఇంట్లోకి వచ్చి భర్తకు మజ్జిగ లో నిమ్మకాయ పిండి లోటాలో ఇచ్చింది.

"చాలా బాగున్నాయి" అంటూ లొట్టలు వేసుకుంటూ తాగుతున్నాడు కఠోర శాస్త్రి.

"ఏమిటే అబ్బాయిని ఏదో అంటున్నావు"

"ఏమి లేదులే అమ్మా! తాగడానికి మజ్జిగ ఇచ్చింది. అంతే "

"దాని మాటలన్నీ విన్నాను. నువ్వు సమర్ధించకు. నాతరువాత నీ పరిస్థితి ఏమిటో..తలచుకుంటేనే గుండె గుభేలు మంటోంది"

"అమ్మా! జానకి, నన్ను ఇబ్బంది పెట్టడం లేదు. నువ్వు అనవసరంగా ఎక్కువగా ఆలోచించి నీ ఆరోగ్యం పాడు చేసుకోకు"

"బోళా శంకరుడివి కాబట్టే అది నిన్ను ఆటలాడిస్తోంది"

కొద్దిసేపు మౌనంతో అంతా సర్దుకపోయింది.

కఠోర శాస్త్రికి ఇవన్నీ వెన్నతో పెట్టిన విద్య. ఎవరినీ నొప్పించడు, లౌక్యంగా వివాదాలనుంచి తప్పుకుంటాడు.

కాలం గడుస్తోంది.

"భోజనం లోకి ముద్దపప్పు వండనా"

"వద్దు. వద్దు. మధ్యాహ్నం భోజనానికి ...."

"ఇక చెప్పకు. అర్ధమయ్యింది...ఆ కాత్యాయని చేతి వంట ఆరగించడానికే కదా. ఇన్నేళ్లు గా కాపురం చేస్తున్నాను. ఆమాత్రం అర్థం చేసుకోలేనా" నిష్ఠూరాలాడుతూ వంటగది లోకి వెళ్లింది జానకి.

కొద్దిసేపు పంచాంగం తిరగేశాడు. ముహూర్తాలు మొదలయ్యే రోజులు వచ్చాయి. ఇక ఖాళీ వుండదు. ఈ సంవత్సరమైనా జరుగుబాటుకు లోటుండకుండా వుంటే చాలు. గత రెండు సంవత్సరాలు అంటు రోగాలతో జీవనం అస్త వ్యస్తమయ్యింది. మనిషి మనుగడ ప్రశ్నార్ధకమయ్యింది.

వాలు కుర్చీ నుండి లేచి భుజంపై టవలు సర్దుకొని పంచె సరి చేసుకొని “అమ్మా వస్తాను. జానకి బయలుదేరుతున్నాను” అంటూ ఇంటిబయటకు నడిచాడు కఠోర శాస్త్రి.

జానకి వచ్చి గేటు వేసి వెళ్లుతున్న భర్తవైపు కళ్ళప్పగిచ్చి చూస్తోంది.

“ఏమే జానకి అబ్బాయికి అన్నం కూడా పెట్టకుండా ఎక్కడికి పంపించావు” అత్తయ్య నిష్ఠూరం.

“అత్తయ్య గారు మీ అబ్బాయి, కాత్యాయని ఇంట్లో భోజనం చేసి వేడుకకు వెళ్ళి వస్తారట”

‘పోనీలే అక్కడన్నా శుభ్రంగా తింటాడు. నీ వంటకు రుచి పచీ వుంటుందా? ఏదోకటి శివరామయ్యను కోపగించుకున్నా మనపట్ల చూపించే ఆప్యాయత కు కొలమానం లేదు’ మనసులో అనుకుంటోంది.

“రా అన్నాయ్య. రా. ముందు కాళ్ళు చేతులు శుభ్రం చేసుకొని వచ్చి కూర్చోండి. వడ్డిస్తాను” కాత్యాయని మర్యాద, ఆప్యాయతకు కఠోర శాస్త్రికి సంతోషమేస్తోంది. ఎప్పటి రుణమో! కాత్యాయని తీర్చుకుంటోంది. మరి తను తీర్చుకొనే రోజు వస్తుందా? మెదడులో ప్రశ్న ఉదయించింది.

“కండువా తీసుకోండి” అంటూ కాత్యాయని కఠోరశాస్త్రి చేతికందించింది.

కండువా తీసుకొని ముఖం తుడుచుకున్నాడు.

“శివరామయ్య...ఎక్కడ” అడిగాడు.

“పక్క ఇంట్లో తలుపు ఘడియ రావడం లేదంటే వెళ్లారు. వస్తారు. మీరు కూర్చోండి అన్నయ్య గారు. వడ్డిస్తాను”

“వాడితో కలసి భోజనం చేసి చాలా రోజులయ్యింది. వాడు రాగానే ఇద్దరం కలసి భోజనం చేస్తాము. అందాకా ఆగు”

“అలానే అన్నయ్య” అంటూ వంటగదిలోకి వెళ్లింది కాత్యాయని.

కొద్దిసేపటికి శివరామయ్య ఇంట్లోకి వచ్చాడు.

“భోజనం చేశావా“ ఆప్యాయంగా అడిగాడు శివరామయ్య.

“నీకోసమే చూస్తున్నాను. కలసి భోజనం చేయాలని ఆగాను”

“సరే, కాళ్ళు, చేతులు, ముఖం కడుక్కొని వస్తాను. కాత్యాయని ఈలోగా వడ్డనకు ఏర్పాటు చెయ్యి” అంటూ దొడ్లోకి వెళ్ళాడు.

“వంట అద్భుతం కాత్యాయని”

“వదిన వంట ముందు నా వంట ఎంత అన్నయ్య”

ముసి ముసిగా నవ్వుకుంటూ భోజనం చేస్తున్నాడు కఠోర శాస్త్రి.

ఇద్దరూ భోజనం ముగించారు.

"కాసేపు విశ్రాంతి తీసుకో. నేను బయటకు వెళ్ళి వస్తాను. రాగానే కలసి వేడుక వద్దకు వెళ్దాం" అని చెప్పి శివరామయ్య బయటకు వెళ్ళి పోయాడు.

కఠోర శాస్త్రి మంచం పై పడుకొని కునుకు తీస్తున్నాడు.

సమయం గడుస్తోంది.

"కాఫీ పెట్టు కాత్యాయని. తాగి మేము బయలుదేరుతాము"

"అలానేనండి"

"అన్నయ్య గారు లేవండి. ముందు కాఫీ తాగండి"

కాఫీ ఘుమ ఘుమలకు కఠోరశాస్త్రి నిద్ర లేచాడు. కళ్ళు నలుముకుంటూ లేచి కాత్యాయని చేతిలో కాఫీ కప్పు తీసుకొని తాగడం మొదలు పెట్టాడు.

కొద్దిసేపు కుటుంబ విశేషాలు సంభాషించుకొని, శివరామయ్య, కఠోర శాస్త్రి వేడుకకు బయలు దేరారు.

"రండి శాస్త్రి గారు" అంటూ సాదరంగా ఆహ్వానించాడు సుబ్బారావు.

"ఏర్పాట్లు పూర్తయ్యాయా"

"మీరు చెప్పినట్లు అన్నీ సమకూర్చాము. ఇంకా ఏమైనా కావాలంటే చూసి చెప్పండి" వినయంగా చెబుతున్నాడు.

"అలానే" అంటూ కఠోర శాస్త్రి, శివరామయ్య లు వేదిక పైకి వెళ్లారు.

అన్ని ఏర్పాట్లను పరిశీలిస్తూ వాటి పట్ల తృప్తిని వ్యక్తం చెయ్యడం తో సుబ్బారావు, వారి కుటుంబ సభ్యులు ఊపిరి పీల్చుకొని ఆనంద పడ్డారు.

"అమ్మాయిని తీసుకొచ్చి కుర్చీలో కూర్చో బెట్టండి. ముత్తైదువలు గంధం గడసీమకు పుయ్యండి..." ఒక్కొక్కటి చెప్పుకుంటూ మంత్రాలు చదవడం మొదలు పెట్టాడు కఠోర శాస్త్రి.

సీమంతం కార్యక్రమం అంగరంగ వైభోగంగా జరిగింది.

ఆహుతులు సంతోషంగా వున్నారు. సుబ్బారావు కుటుంబం కూడా సంతోషపడ్డారు.

కార్యక్రమానికి స్వస్తి చెప్పి అక్కడనుండి బయలుదేరడానికి వేదిక మీదనుంది లేచి నిలబడి శివరామయ్య కోసం చూశాడు.

వేదిక కింది వైపు కుర్చీ లో కూర్చున్న శివరామయ్య లేచి నిలబడ్డాడు.

కఠోర శాస్త్రి వేదిక దిగి శివరామయ్య దగ్గరకు వచ్చి అక్కడ నుండి నిష్క్రమించడానికి అడుగులు వేస్తున్నారు.

మండపం అంతా కోలాహలం గా వుంది.

"శాస్త్రి గారెక్కడ" అంటూ సుబ్బారావు వేదికపై వెదుకుతున్నాడు.

కనిపించడం లేదు.

ఎప్పుడు పూజ జరిపించుకున్నా ఇంతే. సంభావన అడగడు. అడిగితే చిరునవ్వు నవ్వుతాడు. అర్ధనూట పదహారుల నుండి వెయ్యి నూట పదహారులవరకూ గ్రామంలో జరిపే క్రతువులకు కఠోర శాస్త్రికి సంభావనగా ఇస్తుంటారు.

పూజ ముగిసిన పిదప బియ్యం, ఎండు కొబ్బరి చిప్పలు, ఎండు ఖర్జూరం, వక్కలు లాంటి జోలికి పోడు.

సుబ్బారావు మరొక సారి పిలిచాడు.

వేదిక కింద నిలబడ్డ పది, పదిహేను సంవత్సరాల యువతులు సుబ్బారావు పూజారిని పిలవడం గమనించారు.

"నట్టు అని పిలిస్తే పలుకుతాడు కాని కోపంతో ఊగిపోతాడు. కఠోర శాస్త్రి అని అసలు పేరు పెట్టి పిలిస్తే ...అసలు అతనికి అసలు పేరు గుర్తుండాలి కదా..."

పంచె కొంగును పట్టుకొని నడుస్తున్న కఠోర శాస్త్రిని "నట్టు, నట్టు " అంటూ పెద్దగా అరిచారు.

ఆ పిలుపుకి కఠోర శాస్త్రి ముఖం వెనుకకు తిప్పి కోపంగా వారిపై చూశాడు.

పౌరోహిత్యం నేర్చుకొని క్రతువులు జరిపించే సమయం లో జరిగిన చిన్న సంఘటన "నట్టు" గా తన పేరుకు పర్యాయ పదంగా మారి నాలుగు దశాబ్దాల పాటు తనను మానసికంగా వేధించి వెంటాడింది.

'నట్టు' మారు పేరు అందరూ మరిచారని భావించే సందర్భంలో తిరిగి కుర్రకారుకి కూడా తెలియడం బహుశా మరొక తరం వరకు తన పేరు నట్టు గానే మిగిలి పోతోందని కఠోరశాస్త్రి మనసు నిండా ఆవేదన తో నిండిపోయింది.

కోపంగా, ఉద్రేకంగా శివరామయ్య వైపు చూశాడు.

నలభై సంవత్సరాలక్రితం తన మారు పేరు గ్రామం తో బాటు చుట్టు పక్కల వారందరికీ "నట్టు" గా మారు మ్రోగిపోయింది. బంధువులు కూడా అలానే పిలుస్తుండడం మనసుకు కాసింత బాధ కలుగుతుండేది.

శివరామయ్య ముందస్తుగా అందరికీ అలా పిలిస్తే బాధపడుతున్నారని చెప్పగా, చెప్పగా ఎదురుపడి పిలవడం మానుకున్నారు.

మరొక తరానికి తనపేరు 'నట్టు' గానే కొనసాగే అవకాశం కలగడంతో కఠోర శాస్త్రి శివరామయ్య వైపు కోపంగా చూస్తూ అలానే నిలుచుండి పోయాడు.

అరుగు

"రిజిస్ట్రేషన్ జరిగి ఆరునెలలు అయ్యింది. గుర్తు చేస్తుంటే, రేపని, మాపని కాలక్షేపం చేస్తున్నావు"

"నాలుగైదు రోజుల్లో తీసుకెళ్తాను. కంగారు పడకు"

"అడిగినప్పుడల్లా అలానే చెబుతున్నావు. వాసన భరించలేకపోతున్నాను"

"అలా అనబాకు. నన్ను కని పెద్దచేసిన వారిని అలా తులనాడ వద్దు. ఎనభై యేళ్ళ వయసుదాటిన వారి శరీరం నుండి దుర్గంధం వస్తుంది"

"ఇన్నేళ్లు మనం తిండి పెట్టాము. ఇక భరించడం నావల్ల కాదు. నేను చెప్పింది చేస్తావా చెయ్యవా"

"రెండురోజుల్లో పూర్తి చెయ్యడానికి ప్రయత్నిస్తాను"

"ప్రయత్నించడం కాదు, ఇదే చివరాఖరు గా చెబుతున్నాను. ఆ తర్వాత నన్ను అడగొద్దు"

వరండాలో నుంచి పెద్ద పెద్దగా దగ్గు వినిపిస్తోంది.

"నాన్న దగ్గుతున్నాడు. నీళ్ళు ఇవ్వు"

"స్టూల్ పై మంచినీళ్లు పెట్టే వున్నాయి. చూసుకొని తాగుతాడులే"

"వెళ్ళి చేతికిచ్చి రావచ్చుగా"

"వాసనకు వాంతులొస్తాయి. నేను వెళ్ళను"

"సరే నేనే వెళ్తాను" అంటూ ఉప్మా తింటున్న వెంకట రత్నం ఎంగిలి చెయ్యిని కడుక్కొని వరండాలో పడుకొని దగ్గుతున్న నాన్న సింగయ్య దగ్గరకు వెళ్ళాడు.

కమల చెప్పినట్లు దుర్గంధం వస్తోంది.

అయినా దగ్గరకు వెళ్ళి కుడి చేతితో స్టూల్ పై వున్న లోటా ను తీసుకొని మరొక చేతిని మెడ కిందకు పోనిచ్చి మెల్లగా పైకి లేపి నోటిలో మెల్లగా నీళ్ళు పోస్తున్నాడు.

సగం మింగి మిగిలిన సగం బయటకు కక్కుతున్నాడు. ఇంకా దగ్గుతూనే వున్నాడు.

ఐదు నిముషాలు అక్కడే మంచం పై కూర్చొని దగ్గు ఒక మోస్తరుగా తగ్గాక ఇంట్లోకి వచ్చాడు.

"నాకు వాంతి వస్తోంది. డెట్టాల్ వేసుకొని స్నానం చెయ్యిడి. భరించలేక పోతున్నాను"

"కొంచెమైనా ఓర్పు లేక పోతే ఎలా? మన వయసు మాత్రం చిన్నదనుకుంటున్నావా? నాకు అరవై నాలుగు, నీకు యాభై ఆరు ముడ్డి కిందకు వచ్చాయి. కొన్నాళ్ళకు మన గతి కూడా అంతే"

"చెప్పినపని చెయ్యరు, మెట్ట వేదాంతం చెప్పడం బాగా నేర్చారు"

"ముఠా కూలీ పనులకు వెళ్ళి రెక్కల కష్టం పై నన్ను పెంచి పెద్దచేశారు. నాకు ప్రభుత్వ వుద్యోగం వస్తే అది ప్యూన్ ఉద్యోగమైనా ఆనందపడ్డాడు. తనకు వచ్చే ప్రభుత్వ పింఛను ఇంట్లోనే అప్పజెబుతున్నారు. నేను ఉద్యోగం నుండి రిటైర్ అయి రెండు సంవత్సరాలయింది. నాకు కొద్దో గొప్పో పింఛను వస్తుంది కాబట్టి మనకు ఆర్థిక కష్టాలు లేకుండా ఇల్లు గడిచిపోతోంది. మరి ఒక్కగానొక్క కొడుకుని నాన్నను నేను కాకుంటే మరెవరూ చూస్తారు, పట్టించుకుంటారు. మనకు సంతానం లేదని, మనకు వయసు పెరిగాక వృద్ధాప్యంలో ఆసరాగా ఎవరుంటారు? నీకు నేను, నాకు నువ్వు"

"ఏంటి? ఈరోజు నోట్లోనుండి భారత, భాగవత ప్రవచనాలు బయటకు వస్తున్నాయి. నువ్వు ఏమిచేస్తావో నాకు అనవసరం. మీ నాన్నను వదిలించుకోవాల్సిందే"

"చెప్పానుగా రెండు రోజులలో పని పూర్తి చేస్తాను. నామాట నమ్ము"

'భర్త మాటలపై రోజు రోజుకి నమ్మకం సడలుతోంది. గట్టిగా మందలిస్తే గాని పని జరిగేలా లేదు. రెండు రోజులంటున్నాడు. చూద్దాం..లేకుంటే ప్రత్యామ్నాయం ఆలోచించవచ్చు' మనసుకు సమాధానం చెప్పుకుంది.

భోజనం వడ్డించిన ప్లేట్ భర్త ముందుకు విసురుగా నెట్టింది.

భార్య తనపట్ల కోపం కలిగి వుందని గ్రహించాడు. మారు మాట్లాడకుండా ప్లేట్ పట్టుకొని తింటున్నాడు.

ఇక భార్య కు చెప్పిన సంగతి గుర్తుకొచ్చి కళ్ళు చెమ్మగిల్లుతున్నాయి. కన్నీరు పెల్లుబకుండా ప్రయత్నిస్తున్నా సాధ్య పడడం లేదు.

ఏ పనిపైనా దృష్టి కేంద్రీకరించలేకపోతున్నాడు. ఎప్పటికైనా భార్య చెప్పినట్లు చేయవలసిందే. ఇక ఆలస్యం చేయకుండా రేపే పని పూర్తి చేస్తే సరిపోతుంది కదా! ఇదే ఆలోచనతో మంచం పై పడుకొని నిద్రలోకి జారుకున్నాడు.

సూర్యుడు ఉదయించాడు. కిరణాలు తీక్షణంగా వున్నాయి.

అప్పటికి పెద్దగా సమయం కూడా గడవలేదు.

"కాఫీ తాగి బయలుదేరుతావా?" అంటూ కాఫీ కప్పు చేతికిచ్చి భర్త భుజంపై సుకుమారంగా చెయ్యి వేసింది. "కిటికీ నుంచి చూడు. సూర్య ప్రతాపం ఎలావుందో" ఎడమ చేతి చూపుడు వేలు తో కిటికీ వైపు చూపిస్తున్నాడు.

"అయితే! ఏమవుతుంది. ఎండ వస్తే ఎండ, వర్షం వస్తే వర్షం, చలి గా వుంటే చలి... అని కుంతి సాకులు చెబుతూ ఇలా రోజులు గడపడమే కాని..."

"అలా ఏమీలేదు. ఈరోజు తప్పక పని పూర్తి చేస్తాను" అంటూ కాఫీ కప్పు నోటి వద్ద పెట్టుకొని సిప్ చేస్తున్నాడు.

ఖాళీ కప్పు భార్య చేతికిచ్చి అక్కడనుండి లేచి, గదిలోకి వెళ్ళి లుంగీ మార్చుకొని ఫ్యాంట్ వేసుకున్నాడు. జేబులో డబ్బులు పెట్టుకున్నాడు.

వరండా లోకి వచ్చి నాన్న పడుకున్న మంచం వైపు అడుగులేశాడు.

దుర్గంధం వస్తోంది. అయినా అడుగు ముందుకేసి మంచం పట్టె పై కూర్చున్నాడు.

నాన్న మొండిగా వున్న ఎడమ చేతిని పట్టుకున్నాడు.

కొడుకు స్పర్శ కు కళ్ళు తెరిచి చూస్తున్నాడు.

ఎడమ చెయ్యి వణుకుతూ వుంది. ముఖం చెమటతో తడిసి జిడ్డుగా వుంది. సూర్య రశ్మి ముడతలు పడివున్న చెక్కిళ్ళపై పడి పరావర్తనం చెందుతున్నాయి. పరావర్తన కిరణాలు ముఖాన్ని తాకుతున్నాయి. కిరణాల ధాటికి తట్టుకోలేక ముఖం పక్కకు తిప్పాడు.

తండ్రి ఎడమ చెయ్యి మెల్లగా పైకి లేస్తోంది.

చేతి వేళ్లు లేకుండా మొండిగా కనిపించింది.

ఆందోళన వల్ల వస్తున్న చెమటను తుడుచుకున్నాడు.

ఒక చెయ్యి తండ్రి మెడ కిందకు పోనిచ్చాడు. వెచ్చగా తగులుతోంది. మెడను కొంచెం కొంచెం గా పైకి లేపాడు. నడుము పై మరొక చెయ్యి వేసి మెల్లగా మంచం పై కూర్చో బెట్టాడు. దుర్గంధం ఎక్కువయ్యింది.

తండ్రి కళ్ళు తెరచి తనవైపే చూస్తున్నాడు.

"మనం ఆసుపత్రికి వెళ్ళాలి. రోజు రోజుకి నీ ఆరోగ్యం బాగుండడం లేదు. బయలు దేరుదాం" మంచం మీదనుంది లేపి నేలపై నిలబెట్టడానికి ప్రయత్నిస్తున్నాడు.

పంచె పూర్తిగా ఊడి కిందకు జారి పడడంతో మరింత ఎక్కువగా దుర్గంధం వస్తోంది.

ముక్కు మూసుకొని భరిస్తున్నాడు.

"నాన్నకు ఉతికిన పంచె తీసుకురా" పెద్దగా చెబుతున్నాడు.

దండెం పైనున్న ఉతికిన పంచె ఇంట్లోనుండి వరండాలోకి విసిరి వేసింది.

తండ్రిని ఒక చేతితో పట్టుకొని వంగి పంచె తీసుకొని తండ్రికి చుట్టి మొలతాడు వేశాడు.

చెయ్యి పట్టుకొని మెల్లగా అడుగులు వేయిస్తున్నాడు.

ఇంటి బయటకు తీసుకెళ్లి అరుగు పై కూర్చో బెట్టాడు.

పక్కనే పార్కు చేసి వున్న రెండు చక్రాల మోటర్ సైకల్ స్టార్ట్ చేసి తండ్రి దగ్గరకు తీసుకొచ్చి మధ్య స్టాండు వేసి బైక్ దిగి నాన్నను రెండు చేతులతో పట్టుకొని బండి పైన కూర్చో బెట్టడానికి ప్రయత్నిస్తున్నాడు.

"అరగంట ఓర్చుకో మనం ఆసుపత్రికి చేరుకుంటాము"

ఎండ తీవ్రంగా వుండడంతో తండ్రి తలపై తువ్వాలు చుట్టాడు.

బైకు ఎక్కి నాన్న చేతులను తన నడుము పట్టుకొనేలా చేసి బైకు నడుపుతున్నాడు.

ఎండ క్షణ క్షణానికి తీవ్రత ఎక్కువ అవుతోంది.

వెంకట రత్నం నడుము తండ్రి సింగయ్య చేతులు గట్టిగా అదిమి పట్టి వున్నాయి.

మండుటెండలో బైక్ వేగాన్ని పెంచాడు.

రోడ్ గుంటలుగా వుండడంతో బైకు ఎగిరెగిరి పడుతూ వెళ్తోంది.

వెంకట రత్నం ఒక్కసారి తలతిప్పి తండ్రి సింగయ్య వైపు చూశాడు.

బిగపట్టుకొని కూర్చున్నాడు.

రోడ్ కి కుడివైపున నాన్న సింగయ్య పదేళ్ళు పనిచేసిన కాబేళా కనిపించింది. అప్పటికి కాని గుర్తుకు రాలేదు తండ్రి ఎడమ ముంజేయి ఇక్కడ పని చేసేటప్పుడే పోగొట్టుకున్నాడని. జబ్బుతో మంచం ఎక్కినప్పటినుండి కాలకృత్యాలకు కష్టంగా వుండడంతో మల విసర్జన తరువాత చేతితో శుభ్రం చేసుకోవడం కష్ట తరం కావడం తో దుర్గంధం వస్తోంది.

విషయ కారణం గుర్తుకొచ్చి వెంకట రత్నం మనసుకు చివుక్కు మనిపించింది.

ఆలోచనల తోనే బైకు నడుపుతున్నాడు.

గంటన్నర ప్రయాణించి బైకుని ఆపాడు. అప్పటికే సింగయ్య చెమటతో పూర్తిగా తడిసిపోయాడు.

తండ్రి సింగయ్యను బైకు పైనుండి దింపి వీధిలో ఇంటి బయట వున్న అరుగుపై కూర్చోబెట్టాడు. తనచేతికి అరుగు మాడిపోతోంది. మరొకటి ఆలోచించకుండా అక్కడే సింగయ్యను కూర్చోబెట్టాడు. ఎండ తీవ్రంగా వుండడంతో జన సంచారం లేదు.

తువ్వాలు తో మొఖం తుడిచి మంచి నీళ్ళ బాటిల్ లో ఉన్న కాసిని నీళ్ళు తాగించాడు.

"ఇక్కడే కాసేపు కూర్చో, నేను మరలా వచ్చి నిన్ను తీసుకెళ్తాను" అని చెప్పి బైకు పై అక్కడ నుండి వెళ్ళి పోయాడు వెంకట రత్నం.

★★★

"మొన్న వచ్చి అడిగినప్పుడు అనారోగ్య వృద్ధులను ఉచితంగా చేర్చుకొని అన్ని సదుపాయాలు ఉచితంగా నే సమకూరుస్తారని చెప్పారు. ఇప్పుడు డబ్బు చెల్లించమని అడుగుతున్నారు"

"సర్, అది అనాథ వృద్ధులకు మాత్రమే. మీరు అతని కుమారుడంటున్నారు. వుచితంగా ఇక్కడ ఆశ్రయం కల్పించడం కుదరదు"

"నాకు పెద్దగా ఆదాయం లేదు. నామ మాత్రపు పింఛను దారుడను. చూసి చెప్పండి"

"ముందస్తుగా కొంత మొత్తం డిపాజిట్ చేయండి. నెలవారీ ఖర్చులకు పదివేలు చెల్లించాలి. ముందుగా మూడు నెలల ఖర్చు డిపాజిట్ తో బాటు చెల్లించాలి"

"ఇప్పటికిప్పుడు డబ్బు కట్టమంటే కష్టం అండి. మరొక మాట చెప్పండి"

"మేము వృద్ధులతో వ్యాపారం చెయ్యడం లేదు. వారికి ఆశ్రయం కల్పించి మానసిక సంతోషం కలిగించి శేష జీవితం ప్రశాంతంగా గడపడానికి మేమందరం ఇక్కడ సేవా ధృక్పథంతో పని చేస్తున్నాము. దయచేసి అర్థం చేసుకోండి"

వెంకట రత్నం ఆలోచనలో పడ్డాడు. సమయానికి తిండి పెట్టినా, పెట్టకున్నా, మందులు వాడినా, వాడకున్నా తనకు అదనపు ఖర్చు అనిపించదు. ఇక్కడ ఖచ్చితంగా నెలవారీ నిక్కచ్చిగా డబ్బు చెల్లించాలి.

ఇప్పుడు నాన్నను తీసుకొని తిరిగి ఇంటికి వెళ్తే.....

★★★

ఎండ తీవ్రతతో సింగయ్య నోరు ఎండిపోతోంది. చూస్తే నీళ్ళు లేని ఖాళీ బాటిల్ పక్కన తనను వెక్కిరిస్తూ చూస్తున్నట్లుంది.

అక్కడ జన సంచారం లేకపోవడంతో ఎవరితో తన బాధను వ్యక్తపరచుకోవాలో అర్థం కావడం లేదు.

సమయం గడుస్తున్నా కొడుకు వెంకట రత్నం తన వద్దకు రాలేదు.

జీవితంలో కష్టాలన్నీ భరించాడు. విలువైన జీవితాన్ని ఒక్కగానొక్క సంతానం కోసం వెచ్చించాడు. చివరాఖరకు తన జీవితం చుక్కానీ లేని నావ ప్రయాణం లా వుంది.

ఎండ వేడిమి లో ఆలోచనల పరపర ఆగడం లేదు. నియంత్రించడానికి తగిన ఓపిక లేదు.

తన ఎనిమిదో ఏట నుండే కూలి పనులకు వెళ్లేవాడు.

ఎంతమంది సంతానం వుంటే అంత గొప్పవారుగా భావించే రోజులు. తను కుటుంబంలో ఎనిమిదో సంతానంగా పుట్టాడు.

నాన్న, అమ్మ కుటుంబంలో అందరం కూలి పనులకు కలసి వెళ్ళడం, కలసి సంపాదించడం తో తన బాల్యం అంతా గడచిపోయింది. తదుపరి తండ్రి మరణించడం, అమ్మ పిల్లల్ని పెంచలేక, కూలి పనులు చేయలేక పోతురాజు నూతిలో పిల్లలందరిని ఒక్కొక్కరిగా పడవేసి తను కూడా నూతిలో దూకింది. కొంత సేపటికి నీళ్ళకోసం వచ్చిన వారు గమనించి అందరినీ బయటకు తీశారు. అందరూ విగత జీవులయ్యారు. నా ప్రాణం గట్టిది,, మొండిది కాబోలు అతి కష్టం మీద ఒక్కడినే బతికి బట్ట కట్టాను.

రోడ్ పక్కన పూరి పాకలోనే నివసిస్తూ కూలిపనులు చేసుకుంటూ అప్పుడప్పుడూ ఊర్లో ఇంటింటికీ వెళ్ళి అన్నంకోసం అర్థించాల్సి వచ్చేది. కరువు కాటకాల రోజుల్లో తిండిలేక పస్తుల తో గడపడం.

కాలం తో బాటు వయసు పెరగడం, తన జీవితం కొత్తమార్గంలోకి మరలుతుందని మనసు పెళ్లి వైపు మొగ్గు చూపడం, తక్కువ కాలం లోనే భార్య కొడుకుని కని మరణించడం తో తిరిగి కష్టాలు మొదలయ్యాయి. అప్పటిదాకా పొగాకు పనులకు వెళ్ళడం, పొలంలో కూలీ నాలీలకు వెళ్ళడం, ముఠా పనులకు వెళ్ళడం తో తన సంపాదన ఎక్కువ తక్కువలతో ఇబ్బంది పడడం సర్వ సాధారణంగా వుండేది.

ఆ సమయం లోనే గ్రామానికి బయట కాబేళా ఏర్పాటు చెయ్యడం తను దాంట్లో నెలవారీ ఉద్యోగం లో చేరడం తో వారం వారం బట్వాడా తో నాలుగు డబ్బులు చేతిలో కనిపించేవి.

ఒక్కగానొక్క కొడుకుని తన తో బాటు పనుల్లోకి తీసుకెళ్లకుండా ఊర్లో స్కూల్ కి పంపడం తో నాలుగు ముక్కలు నేర్చుకొని తనలాగా ఎండనక వాననక చెమటోడ్చే పనులను చేయకుండా జీవితం సుఖమయం అవుతుందని ఆశ పడుతుండే వాడు. దానికి తగ్గట్టు వెంకట రత్నం బాగా చదువుకొనే వాడు.

కుల వివక్షతో లేక తన కొడుకు చదువుకోవడం ఓర్చుకోలేక సూటిపోటి మాటలు అంటుండే వారు.

ఎండ తీవ్రత మరింతగా పెరుగుతోంది.

తల తిరుగుతోంది. అరుగుపై కాళ్ళు మడుచుకొని పడుకున్నాడు. అరుగు ఎండకు మాడి పోతోంది. ఒళ్ళంతా వేడితో ఉడికి పోతోంది. ఆకలి పేగులను చుట్టేస్తోంది.

ఇవేమీ పట్టనట్లు తన మనసు లోని ఆలోచనలు తనను ఉక్కిరి బిక్కిరి చేస్తోంది.

సమయం గడుస్తున్నా వెంకట రత్నం జాడ లేదు.

“అరే సింగయ్య ఇటువచ్చి బల్ల ట్రక్ కి ఆనిచ్చి పెట్టు. ఒక్కొక్క దాన్ని కిందకు దించాలి”

సింగయ్య బల్ల తీసుకొచ్చి ట్రక్ కు ఆనిచ్చి పెట్టాడు. డోర్ తీశారు. ఒక్కొక్క ఆవును వరుస క్రమంలో బల్లపైనుండి కిందకు దించుతున్నారు.

ఆవులను ట్రక్ నుండి దింపబడిన తర్వాత, వాటికి విశ్రాంతి తీసుకోవడానికి మరియు వాటి ప్రయాణం నుండి కోలుకోవడానికి సమయం ఇవ్వబడుతుంది. సాధారణంగా ఆరోగ్యంగా ఉన్నాయని నిర్ధారించుకోవడానికి వాటిని ప్రీస్లాటర్ తనిఖీకి లోనుచేస్తారు. ఈ దశలన్నీ వాస్తవ భవనం వెలుపల జరుగుతాయి. ఆవులను ఇరుకైన రేస్‌వేలో గుంపులుగా ఉంచుతారు, తద్వారా అవి ఒక్కొక్కటిగా భవనంలోకి ప్రవేశ పెడతారు.

షెడ్ విస్తీర్ణం తక్కువగా వున్నా గేదెలు, ఆవులు లెక్కకు మించి షెడ్ లో కుక్కినట్లు నింపారు.

లోపల తినడానికి మేత, తాగడానికి నీళ్ళు అందుబాటులో వుంచరు.

అలా నాలుగు రోజులు అలానే వుంచుతారు. తదుపరి వాటిపై వేడి వేడిగా మరుగుతున్న నీళ్ళు కుమ్మరిస్తారు. అలా కుమ్మరించడం వల్ల చర్మం పై మురికి పోతుంది. దానితో బాటు శరీరం నుండి చర్మం సులభంగా ఊడడానికి తయారుగా వుంటుంది.

అక్కడనుండి జంతువులను భవనంలోకి ప్రవేశపెడతారు. ఒక ఆవు భవనంలోకి ప్రవేశించినప్పుడు, అది చంపే పెట్టెలోకి ప్రవేశిస్తుంది, దాని ముందు చనిపోయిన జంతువులను చూడలేనంత ఎత్తులో ఉన్న పెట్టె. అక్కడ అది క్యాప్టివ్ బోల్ట్ ద్వారా శాశ్వత అపస్మారక స్థితికి చేరుకుంది. అది కూలిపోయిన వెంటనే, చంపే పెట్టె యొక్క ఒక వైపు తెరవబడుతుంది, తద్వారా ఆవు గొలుసు పాదాల వద్ద పడిపోయింది. ఆవు నుండి రక్తస్రావం అయ్యేలా గొంతు కోసి, రక్తం కారడం వల్ల చనిపోయేలా చేసి, ఆవును గొలుసుకు వేలాడదీసేలా హుక్స్ ద్వారా పైకి లేపుతారు. అప్పుడు శరీరం గొలుసులో తల మరియు దూరపు అవయవాలను తీసివేయడం, చర్మం తొలగించడం, అంతర్గత అవయవాలు తొలగించడం జరుగుతుంది.

వయసులో వున్న గోవులు ఇచ్చే మూత్రం పవిత్రం, పాలు అతి పవిత్రం, విసర్జన బహువిధాల పవిత్రం. దానితో ఇళ్ళ నేలను అలుకుతారు. పవిత్రంగా భావించి పూజిస్తారు. గోశాలలు కట్టిస్తారు. జబ్బు చేస్తే డాక్టర్ను అందుబాటులో వుంచుతారు. తినడానికి మంచి పౌష్ఠిక ఆహారం తెచ్చి పెడతారు.

పాటలు, పద్యాలు పాడతారు. భజన చేస్తారు. ప్రదక్షణ చేసి పుణ్యం పొందామని భావిస్తారు. ఆవు విశిష్టతను గొప్పగా ప్రచారం చేస్తారు.

వయసు మళ్లిన తరువాత వాటిని కబేళాలలో తిండీ తిప్పలు లేకుండా ఆకలితో మాడుస్తారు. సల సల మరిగే నీటితో చర్మం పై పోస్తారు. చనిపోకముందే చర్మాన్ని కత్తితో వొలుస్తారు.

ఆవు తలను ఒక్కసారిగా నరుకుతారు. పనికి చేరిన కొత్తల్లో కత్తి తన ఎడమచేతికి తగిలి మణికట్టు వరకు తెగిపోయింది.

అప్పటినుండి తనకు ఒకచెయ్యితో పని చేసుకోవడం అలవాటయ్యింది.

తనకు వయసు అయిపోయింది. తనకు పెట్టే తిండి వృధా. బట్టలు వృధా. చేతికొచ్చిన కొడుకు తనను వీధి పాలు చెయ్యడం తప్పులేదు. పవిత్రంగా భావించే నోరులేని ప్రాణులకు అవసాన దశలో ఏమి గతి పడుతుందో తనకు మాత్రం అంతకు మించి ఎలా జరుగుతుందని ఆశపడతాడు? కొడుకు వెంకట రత్నం తనను ఇక్కడ నుండి తీసుకెళ్లే పరిస్థితి వస్తుందని ఆశ పడడం అత్యాశ.

పగలంతా మండు టెండలో సింగయ్య శరీరమంతా మాడిపోయింది. శరీరం లోని నీరంతా ఇంకిపోయింది. శరీరం శుష్కించిపోయింది. ఇక కత్తితో తన చర్మాన్ని వలుస్తారు కాబోలు. సమయం ఆసన్నమయింది. ఆలోచనలతో అరుగు పై నుండి దొర్లి నేలపై జారి దొర్లి కిందికి పడిపోయాడు.

సాయంకాలనికి వాతావరణం చల్లబడడంతో వీధిలోకి వచ్చిన జనాలు రోడ్డు పై పడివున్న శవాన్ని చూసి పోలీసు వారికి తెలియ పరిచారు, వారు వచ్చి స్థానికంగా విచారించారు, అనాధ శవమని. నిర్ధారణకు వచ్చి మున్సిపాలిటీ వారికి కబురు చేసినట్లున్నారు. ఈత చాపకోసం ప్రయత్నిస్తున్నాడు అక్కడున్న మునిసిపల్ రోజువారీ కూలీ.

దోస్త్

"నెలనుండి కనిపించ లేదు"

"సెలవు పెట్టాను"

"నాకు మాట మాత్రం చెప్పలేదు. ఏమయ్యింది?"

"అనుకోకుండా సెలవు పెట్టాల్సి వచ్చింది"

"అంత అర్జెంట్ ఏమొచ్చింది"

"అవన్నీ చెప్పే విషయాలు కావు"

"ఐదు సంవత్సరాలుగా ఒకే బస్ లో కలసి ప్రయాణిస్తున్నాము. మాట పంచుకునేటంత దగ్గరివాడిని కూడా కాదా?"

"ఈ సారి చెబుతాను"

"ముభావంగా మాట్లాడుతున్నావు"

"ఏమి లేదు"

"ఏదో దాస్తున్నావు. నీ ముఖంలో ఆందోళన కనిపిస్తోంది"

"అలాంటిది ఏమీ లేదు"

"సరేలే చెప్పకుంటే ...నీ యిష్టం"

బస్ ప్రయాణిస్తోంది. కార్యాలయానికి స్పెషల్ బస్ కావడంతో కొద్ది చోట్ల మాత్రమే ఆగుతోంది. సరిగ్గా పదింబావుకు కార్యాలయం వద్ద బస్ ఆగింది.

ఒక్కొక్కరుగా తమ లంచ్ బ్యాగ్ లు చేత పట్టుకొని బస్ దిగుతున్నారు.

"లంచ్ బాక్స్ తెచ్చుకున్నట్లు లేదు"

"అవును. ఈ రోజు వీలుకాలేదు"

"ఫర్వాలేదు. లంచ్ షేర్ చేసుకుందాము"

"అలానే"

ఒకరి వెనకాల మరొకరు బస్ దిగి కార్యాలయం లోకి నడుచుకుంటూ వెళ్తున్నారు.

కార్యాలయం మొదటిలోనే దర్గా వుంది.

లంచ్ బ్యాగ్ ఎడమవైపు భుజానికి మార్చుకొని కుడి చేతి వేళ్ళను దర్గావైపు చూపించి ముద్దు పెట్టుకున్నాడు కిరణ్.

మరి కొన్ని అడుగులు వెయ్యగానే ఎడమ వైపున్న కాళీ మాత ను చూసి నమస్కారం చేసుకున్నాడు. దానికి ఎదురుగా వున్న జీసస్ ను నమస్కరించుకొని ముందుకు నడుస్తున్నాడు.

"ఆఫీసుకొచ్చే ప్రతిరోజూ ఎందుకు ఇలా కనిపించిన విగ్రహాలకు మొక్కుతుంటావు"

"జోసెఫ్ నీకు ఏమి తెలుసు. నువ్వు నాస్తికుడివి. ప్రతిదాన్ని విమర్శిస్తుంటావు. నమ్మకం గూర్చి నీతో వాదులాడడం వృధా. దైవ భక్తి లేకుంటే సాటి మనిషిని ఎలా ప్రేమిస్తారు?"

"నీతో వాదులాడడం నా పనికాదు. సమయం అవుతోంది. నేను నాల్గవ బ్లాక్ లోకి వెళ్తున్నాను"

"సరే. లంచ్ లో కలుసుకుందాం"

"అలానే" అంటూ ఇద్దరు తమ తమ బ్లాక్ లో వున్న తమ కార్యాలయాల్లోకి చేరుకున్నారు.

నెలరోజులనుండి ఒక్క ఫైల్ కూడా తన సీటు నుండి కదలలేదు. ఫైళ్ళన్నీ గుట్టలు గుట్టలుగా పేరుకపోయి వున్నాయి.

వాటిని గమనిస్తుంటే ఎంతమంది జీవితాలు ఇలా స్తబ్ధంగా నెలనుండి వుండిపోయాయి. ఆలోచిస్తుంటే మనసుకు బాధ కలుగుతోంది. అయినా తను సెలవు పెట్టింది సంబర పడడానికి కాదు కదా? మానవ ప్రయోజనం కొరకై సెలవు తీసుకున్నాడు.

ఆలోచనలకు కాసేపు విరామమిచ్చి ఒక్కొక్క ఫైల్ ని చూస్తూ కంప్యూటర్ లో ఈ ఆఫీసులో కి స్కాన్ చేసి అప్ లోడ్ చేస్తూ దానికి సంబంధించిన వివరణలు కూడా పొందు పరుస్తున్నాడు.

ఒక్క క్షణం వృధా పరచకుండా ఒకదాని వెంట మరొకటి లంచ్ సమయానికి పది ఫైళ్ళు పూర్తి చెయ్యగలిగాడు. లంచ్ సమయం కావడం తో తన లంచ్ బాక్స్ తీసుకొని సీట్లో నుంచి లేచి వరండాలోకి వచ్చాడు కిరణ్.

తన బ్లాక్ లోకి జోసెఫ్ నడుచుకొంటూ తనకు ఎదురు రావడం గమనించి కిరణ్ నవ్వుతూ జోసెఫ్ ని అనుసరించి క్యాంటీన్ వైపు కలసి వెళ్లారు.

కిరణ్ లంచ్ బాక్స్ తెరచి ప్లేట్ లో అన్నం తో బాటు చికెన్ కర్రీ వడ్డించి తినమని సైగ చేశాడు.

చికెన్ కర్రీ చూడగానే జోసెఫ్ కి కళ్ళు ఆద్రత చెంది ఒక్కొక్క కన్నీటి బొట్టు కిందకు జారుతున్నాయి.

"నాన్నకు ఇష్టమైన వంటకం కదూ..గుర్తొచ్చిందా"

తన మనసులోని భావాన్నిఇంతగా అర్థం చేసుకున్న బంధువు కాని స్నేహితుడు కానీ లేడు. కిరణ్ తనను, తన మనసులోని భావనలను ఇట్టే పసిగట్టగలడు. అందుకే కిరణ్ అంటే జోసెఫ్ కి అంత ఇష్టం.

కిరణ్ అన్నం కూర కలిపి ముని వేళ్ళతో జోసెఫ్ నోటి వద్దకు తీసుకొచ్చాడు. జోసెఫ్ పెదవులు అప్రయత్నంగా తెరచుకున్నాయి. తెలియని అనుభూతి పొందుతున్నాడు. చిన్ననాటి గతస్మృతులు గుర్తుకొచ్చి వెంటాడుతున్నాయి.

అమ్మ జీవించినప్పుడు ఎలా వుండేదో తెలియదు. తన ప్రేమకు దూరమయ్యాడు. నాన్నే తన మంచి, చెడూ చూసుకొనేవాడు. ప్రతిరోజూ తనకు అన్నం ముద్దలు కలిపి తినిపించేవాడు. వయసు పెరుగుతున్నా, మార్పు లేకుండా అలవాటుగా నాన్న తనకు అన్నం ముద్దలుగా చేసి తినిపించడంలో అనిర్వచనీయమైన అనుభూతి కలిగేది. ఇప్పుడు అదే అనుభూతిని పొందుతున్నాడు. తన మిత్రుడు కిరణ్ లో నాన్న నిలువెత్తు స్వరూపం కనిపిస్తోంది... కాదు.. కాదు... తన కళ్ల ఎదుట ప్రత్యక్షమైన అనుభూతి పొందు తున్నాడు. ఉద్వేగ భావనలతో ముద్ద తరువాత ముద్ద తినడంతో కిరణ్ లంచ్ బాక్స్ ఖాళీ అయిపోయింది.

కిరణ్ కు సంతోషంగా వుంది.

"ఇదికూడా కలిపి తినిపించనా?"

కిరణ్ మాటకు బాహ్య ప్రపంచంలోకి వచ్చాడు జోసెఫ్.

"చాలు, నువ్వు తినాల్సిన అన్నమంతా నాన్నవై నాకు తినిపించావు. ఇదైనా నువ్వు తినాలి" అంటూ ముందున్న ప్లేట్ కిరణ్ వైపుకు మెల్లగా జరిపాడు జోసెఫ్.

"ఫర్వాలేదు. ఉదయం అన్నం తినే వచ్చాను. ఆకలిగా లేదు" అంటూ తన ముందున్న ప్లేట్ లోని అన్నాన్ని చికెన్ తో కలిపి ముద్దలు చేసి ఒక్కొక్కటిగా జోసెఫ్ కి మరల తినిపిస్తున్నాడు కిరణ్.

కాలం క్షణంలా గడచిపోతోంది.

కుర్చీలోనుంచి హఠాత్తుగా లేచి కిరణ్ ని గట్టిగా ఆలింగనం చేసుకున్నాడు.

కళ్ల వెంట బట బటా కన్నీళ్లు పెల్లుబుకుతున్నాయి.

రెండు చేతులు వీపువైపు నెమ్మదిగా నిమురుతున్నాడు కిరణ్.

ఆ క్షణాన క్యాంటీన్ లో వున్నామని కూడా ఇద్దరూ మరచిపోయారు.

ఇద్దరూ లేచి బయటకు నడచి ఎవరి కార్యాలయాలకు వాళ్ళు వెళ్ళి పోయారు.

జోసెఫ్ వెంట ఆలోచనల సుడిగుండాలు తోడుగా వస్తుండడంతో మనసు మరింతగా భారమవుతోంది.

★★★

"నేను ఒప్పోకోను. మన జీతమెంత? మీ నాన్నకు అయ్యే నెలవారీ ఖర్చు ఎంత? ఎప్పుడైనా ఆలోచించావా? మనకు పిల్లలు కలిగితే నీ సంపాదన సరిపోక అడుక్కుని తినాలి" భార్య మాగ్దలీన్ కోపంగా చెబుతోంది.

మొదట్లో మాగ్దలీన్ మాటలు పెద్దగా పట్టించుకొనే వాడు కాదు జోసెఫ్.

రోజు రోజుకు మాగ్దలీన్ లో వృద్ధి చెందుతున్న హిస్టీరియ ప్రవర్తన భరించలేక జోసెఫ్ తన తండ్రి పట్ల భౌతికంగా ప్రేమకు వీడ్కోలు చెప్పాలనే ఆలోచన కొచ్చాడు.

మనసుకు సమాధానం చెప్పుకోలేక లోలోన మధన పడుతున్నా, ప్రయోజనం లేకుండా పోయింది. భార్య పట్ల, తల్లి తండ్రులపట్ల, మిగిలిన కుటుంబ సభ్యులపట్ల, బంధువుల పట్ల, సమాజం పట్ల తను విన్న చదివిన జ్ఞానం అప్రయోజనకంగా మారింది. చిగురించలేని మోడు గా మారింది జోసెఫ్ హృదయం.

తండ్రి అనారోగ్యం తో రాత్రుళ్లు బాధపడుతుంటే, సహాయపడలేని నిస్సహాయతతో కాలం ఈడుస్తున్నాడు జోసెఫ్.

పచ్చాత్తాప చింతన లేకుండా జోసెఫ్ ఇరుగు పొరుగు అడిగ బోయే ప్రశ్నలకు జవాబులు సిద్ధం చేసుకొని స్వస్థత కోసమని తన తండ్రిని అర్ధరాత్రి తీసుకెళ్లి పట్టణం లో మరొక వీధిలో ఒంటరిగా వదిలిపెట్టాడు.

తండ్రి జ్ఞాపకాలను క్రమ క్రమంగా దూరం చేసుకోడానికి ప్రయత్నిస్తున్నాడు.

అతితక్కువ కాలంలోనే తండ్రిని మరచిపోయాడు.

జ్ఞాపకాలు మనసు నుండి తొలగినా, అపరాధ భావన కలగడం లేదు.

వివాహమై సంవత్సరాలు గడుస్తున్నా సంతానం కలగక పోవడంతో వైద్యులను సంప్రదించాడు. ఫలితం శూన్యం గా వుండిపోయింది.

కార్యాలయం లో పనిపై అంత శ్రద్ధ చూపడు. పక్కవారితో కాలక్షేపం చేస్తుంటాడు. అధికారుల వత్తిడి వచ్చేవరకూ ఫైళ్ళు పట్టుకోవడం చేయడు.

ఎలాంటి దురలవాట్లు లేకపోవడం ఎవరి విషయాల్లో జోక్యం చేసుకోక పోవడంతో మంచివాడిగా మాత్రం ముద్ర వేయించుకోగలిగాడు.

తను ఉద్యోగంలో చేరినప్పటినుండి కిరణ్ తో పరిచయం పెరుగుతూనే వుంది.

తండ్రిని గుర్తుకు చేసుకోవడానికి ఎన్నడూ ప్రయత్నించని జోసెఫ్ నేడు తండ్రి ని పదే పదే గుర్తుకు వచ్చేలా చేశాడు కిరణ్.

★★★

అడుగులో అడుగు వేసుకొంటూ తన సీటు వద్దకు వచ్చి కూర్చున్నాడు.

ఉదయం మాగ్దలీన్ తో తీవ్ర స్థాయి ఘర్షణ వల్ల వంటలేకపోవడంతో బాక్స్ తెచ్చుకోలేకపోయాడు.

నెల తరువాత కిరణ్ తో కలసి భోజనం పంచుకునే సందర్భం తన మదిని తండ్రి నోహ్ జ్ఞాపకాలతో నింపేలా చేసింది.

ఫైళ్ళు ఒక్కొక్కటీ చూస్తున్నాడు. స్కాన్ చేసి అప్ లోడ్ చెయ్యడానికి వివరణ రాయడానికి మెదడు, మనసు సహకరించడం లేదు.

తెరచిన ఫైల్ ను తిరిగి కట్టి పక్కన పెట్టాడు. తన పక్కన కూర్చొని వున్న తోటి వుద్యోగులను చూస్తూ కాలం గడుపుతున్నాడు.

తన తండ్రి నోహ్ జ్ఞాపకాలను గుర్తు తెచ్చినందుకు, కిరణ్ పై కోపం రాకపోగా అతనిపై మరింత అభిమానం ఆప్యాయత పెరుగుతున్నాయి.

ఆలోచనలతో కాలం గడచిపోయింది.

కార్యాలయ సమయం పూర్తి కావడంతో తన సీటు నుండి లేచి బ్లాక్ బయటకు వచ్చాడు జోసెఫ్.

కిరణ్ హడావుడిగా నడచి రావడం, తన వైపు చూడకుండానే కార్యాలయం బయటకు వెళ్లిపోవడం గమనించాడు జోసెఫ్.

బిగ్గరగా పిలిచినా పట్టించుకోకుండా వెళ్లిపోయాడు కిరణ్.

కార్యాలయ ప్రత్యేక బస్ ఎక్కి కిరణ్ కోసం చూశాడు. కనిపించలేదు. ఒంటరిగానే సీట్లో కూర్చొన్నాడు జోసెఫ్. కొద్దిసేపటికి బస్ బయలు దేరింది.

ఇంటికి చేరుకున్నాడు.

ఉదయం వాతావరణమే ఇప్పుడుకూడా కొనసాగుతోంది. మెల్లగా గది లోకి వెళ్ళి అలానే పడుకున్నాడు జోసెఫ్.

మాగ్దలీన్ పడక గదిలోకి రాకుండానే హాల్లోనే పడుకుంది. ఇల్లంతా నిశ్శబ్ద వాతావరణం తో నిండిపోయింది.

జోసెఫ్ కి తండ్రి జ్ఞాపకాలు తెరలు తెరలుగా గుర్తుకు వస్తున్నాయి. మనసులో సునామీ కలుగ జేస్తోంది. రాత్రి గడవడం కష్టంగానే వుంది. బెడ్ పై అటూ, ఇటు దొర్లుతున్నాడు. నిద్రమాత్రం దరి చేరడం లేదు.

హాల్లో నుండి అస్పష్టంగా మాగ్దలీన్ మాటలు వినిపిస్తున్నాయి.

అవేమీ పట్టించుకోక, మంచం పైనే నిద్రకోసం ప్రయత్నిస్తున్నాడు జోసెఫ్.

ప్రతిరోజూ తనతో కలసి ఆఫీసుకు ఒకే బస్ లో రావడం, అలానే కలసి తిరిగి కలసి ఒకే బస్ లో ప్రయాణించి ఇంటికి చేరడం సాధారణంగా జరిగేది.

గత కొద్దికాలం గా తరచూ సెలవు పెట్టడం, గత నెలంతా సెలవులో గడపడం కిరణ్ తనతో కారణం చెప్పక పోవడం కాసింత మనసు వెలితిగా అనిపించినా, ఈరోజు తన తండ్రిని మరపించాడు. తనను మురిపించాడు. అది ఎవరికీ సాధ్యంకాని విషయం.

మాగ్దలీన్ మాటలు క్రమంగా వినిపించడం తగ్గిపోతున్నాయి. జోసెఫ్ మెల్లగా నిద్రలోకి జారుకున్నాడు.

★★★

సూర్యుడు ఇవేమీ పట్టనట్లు సమయానికి తూర్పునే ఉదయించాడు.

జోసెఫ్ ఉదయం అల్పాహారం తీసుకోకుండా, లంచ్ బాక్స్ లేకుండా ఖాళీ కడుపుతోనే కార్యాలయానికి బయలుదేరడానికి బస్ స్టాప్ దగ్గరకు చేరుకున్నాడు.

మధ్య స్టాప్ లో కిరణ్ కోసం చూశాడు. బస్ ఎక్కలేదు. నెలరోజులు సెలవు పెట్టి మరలా సెలవు పెట్టడమేమిటి? ఎందుకోసమయి వుంటుంది? కనీసం మాట మాత్రం తనకు చెప్పడం లేదు. కారణం ఏమయి వుంటుంది. విషయం ఎందుకు దాస్తున్నట్లు.

ఆలోచనలు వెంటాడుతున్నాయి.

కార్యాలయానికి చేరుకున్నాడు.

గేట్ లోనుంచి లోపలకు ప్రవేశిస్తున్నాడు.

కిరణ్ పదే పదే గుర్తుకు వస్తున్నాడు.

దర్గా వైపు చూశాడు.

కాళీ మాత గుడి వైపు చూశాడు.

జీసస్ వైపు చూశాడు.

కిరణ్ కనిపించలేదు.

నేరుగా కిరణ్ పనిచేసే బ్లాక్ లోకి వెళ్ళి ఛాంబర్ లో కిరణ్ కోసం చూశాడు. అక్కడ కనిపించలేదు.

నిరాశ తో వెను తిరిగాడు జోసెఫ్.

రోజంతా ఆఫీసులో కాలక్షేపం చేశాడు. అన్య మనస్కంగానే క్యాంటీన్ లో భోజనం చేశాడు. కిరణ్ కనిపించని లోటు తనకు స్పష్టంగా తెలుస్తోంది. తెలియని శూన్యం మనసును ఆవహిస్తోంది. ఇన్నాళ్ల పరిచయం వేరు. నిన్న తనలో కలుగ చేసిన భావనల తృప్తి అన్నిటికంటే అద్వితీయమైనది.

సాయంకాలం కోసం ఎదురు చూస్తూ కిరణ్ గుర్చే ఆలోచిస్తున్నాడు.

కార్యాలయం సమయం ముగియడంతో సీటు నుంచి లేచి తిరిగి కిరణ్ కోసం బ్లాక్ కు వెళ్ళి ఛాంబర్ వైపు చూశాడు.

నిరాశే మిగిలింది.

మౌనంగా అడుగులో అడుగేసుకుంటూ బయటకు అడుగులు వేస్తున్నాడు. మాగ్దలీన్ గుర్తుకొచ్చి ఇంటికి వెళ్ళ బుద్ధి కాక, కొద్దిసేపు బస్ స్టాప్ లోనే వేచివున్నాడు.

సమీపంలోని పార్క్ లోనికి వెళ్లాలనిపించి అక్కడకు చేరుకున్నాడు.

లాన్ లో కూర్చున్నాడు.

కిరణ్ గూర్చి ఆలోచనలే పదే, పదే వస్తున్నాయి.

సమయం గడుస్తున్నా అక్కడ నుండి కదలడానికి మనస్కరించడం లేదు.

ఇంటికి వెళ్ళినా మనశ్శాంతి కరువవుతుంది.

అక్కడే రాత్రి గడపాలని నిర్ణయించుకున్నాడు జోసెఫ్.

వాతావరణం వేడిగా వుండడంతో చెమట తో ఇబ్బంది తప్ప మరొక ఇబ్బంది కలగడం లేదు. అప్పుడప్పుడు దోమలు తనను పలకరించడానికి వాలుతున్నాయి. చేతులతో వాటిని తోలుతున్నాడు. మగతగా వుండడంతో పార్క్ లోనే నిద్రకు ఉపక్రమించాడు.

★★★

నిద్రమత్తులో రాత్రి ఎలాగడిచిందో తెలియరాలేదు.

సూర్యుడు ఉదయ కిరణాలు జోసెఫ్ ని నిద్రలేపాయి. కళ్ళు తుడుచుకుంటూ లేచి నిలబడ్డాడు. ఆకలిగా ఉండడంతో చాయ్ తాగుదామని పార్క్ బయటకు వచ్చాడు.

గేట్ నెట్టుకొని బయటకు వచ్చాడు జోసెఫ్. ఎదురుగ్గా వున్న టీ స్టాల్ వద్దకు వచ్చి టీ అడిగాడు. టీ తాగుతూ అక్కడ వేలాడుతున్న న్యూస్ పేపర్ తీసుకొని పేజీలు తిప్పడం ప్రారంభించాడు. రాజకీయ వార్తలపై అనాశక్తి గా వుండడంతో పేజీలు త్వరగా తిప్పుతున్నాడు. చివరి పేజీ లోని ఆటల వార్తపై దృష్టి మరలి పేపర్ చదివి టీ అతనికి తిరిగి ఇచ్చేశాడు.

కొద్దిసేపు అటూ ఇటూ చూస్తున్నాడు.

కడుపులో ఆకలి తనను ఇబ్బంది పెడుతోంది.

కొద్దిసేపటికి టూ వీలర్ పై స్టీల్ బాక్స్ లు కట్టుకొని అక్కడున్న టీ స్టాల్ పక్కకు వచ్చి అపాడు. గుడ్డ కట్టిన కర్ర ను తీసుకొని ఫ్లాట్ ఫామ్ ను శుభ్రంగా చిమ్మాడు. ఒక్కొక్క స్టీల్ బాక్స్ ఫ్లాట్ ఫామ్ పై సర్దుకున్నాడు.

పక్కనే నిలబడి ఉన్న జోసెఫ్ నిద్రమత్తులోనే ఉన్నాడని గమనించిన టిఫిన్ పాయింట్ కుర్రాడు ఆప్యాయంగా పలకరించాడు.

"సార్ మీరు నాకు తెలుసు. ఇక్కడ కార్యాలయం లో పని చేస్తుంటారు. ఈ సమయం లో ఇక్కడ ఉన్నారు ఏమిటి సార్" అంటూ పలకరించాడు.

ఏమి సమాధానం చెప్పాలో అర్థం కాక మౌనంగా ఉండిపోయాడు జోసెఫ్.

"సార్, ఇబ్బంది పడకండి. నావద్ద పళ్ళు తోముకోవడానికి పళ్ళపొడి ఉంది. ముందుగా నోరు తోముకోండి"

కుర్రాడు చూపెట్టిన ఆప్యాయతకు సంతోషం వేసింది. గత పద్దైదు సంవత్సరాలుగా ఒక్కసారి కూడా ఇతడిని చూడలేదు కదా, ఎలాంటి సహాయం అడగలేదు, చేయలేదు. అయినప్పటికీ అతడి మాటలు వింటుంటే జోసెఫ్ కి కిరణ్ గుర్తుకు వచ్చాడు.

అప్పటికే ఒక్కొక్కరుగా టిఫిన్ కోసం చేరుతున్నారు.

పళ్ల పొడి చేతిలో ఎడమ అర చేతిలో వేసుకొని కుడి చెయ్యి చూపుడు వేలుతో అద్దుకొని పళ్ల ను రుద్దుకుంటున్నాడు.

అక్కడ నీళ్ళు తీసుకొని నోరు పుక్కిలించి జేబులోని కర్చీఫ్ తీసుకొని మూతి తుడుచుకున్నాడు. చిన్నతనం లో నాన్న తనకు పళ్ల పొడితో పళ్ళు తోముకోవడం నేర్పించాడు. గతస్మృతుల్లోకి వెళ్ళాడు.

“మాదగ్గర నేతి ఇడ్లీ ఫేమస్. కాసేపైతే ఖాళీ అవుతుంది. ముందు ఇవి తీసుకొని తిని తరువాత ఆలోచిద్దురు” ఆప్యాయం గా నేతి ఇడ్లీ ప్లేట్ చేతికందించాడు.

అసలే ఆకలిగా వుండడంతో, నేతి వాసన ఘుమ, ఘుమ లాడడంతో నోట్లో లాలాజలం ఊరుతోంది.

వేడి వేడి ఇడ్లీ ని తుంచుకొని చట్నీ అద్దుకొని నోట్లో పెట్టుకోగానే జోసెఫ్ కి కొత్త అనుభూతి కలిగింది. ఒక్క క్షణం లో ప్లేట్ ఖాళీ చేశాడు జోసెఫ్.

“ఈ నేతి అట్టు కూడా తినండి” అంటూ ప్లేట్ చేతికిచ్చాడు.

ఆలస్యం చేయకుండా అట్టుని తింటూ ఆస్వాదిస్తున్నాడు జోసెఫ్.

అప్పటికే చాలామంది అక్కడ కూడడంతో పాయింట్ రద్దీ అయిపోయింది.

“సార్ మరొక ప్లేట్ అట్టు, ఇడ్లీ కాని తీసుకుంటారా? మరొక గంట అయితే టిఫిన్ ఖాళీ అవుతుంది”

“చాలు.. చాలు... టిఫిన్ చాలా బాగుంది. ఎంత బిల్?”

“వద్దు సార్. మీరు నావద్ద కు రావడమే నాకు సంతోషం కలిగిస్తోంది”

కుర్రాడి అప్యాయతకు, అభిమానానికి జోసెఫ్ ముగ్దుడయ్యాడు.

“థాంక్స్”

అక్కడనుండి మరి కొంత దూరం నడిచాడు జోసెఫ్.

కార్యాలయానికి ఇంకా సమయం ఉండడంతో తిరిగి పార్క్ లోకి వెళ్ళి కూర్చున్నాడు.

తండ్రి పట్ల తన అవమానీయ ప్రవర్తన తీరు గుర్తుకొచ్చి కళ్ల వెంట నీళ్ళు పెల్లుబుకుతున్నాయి.

ఆలోచనలో పడిపోయాడు.

"సార్ పక్కకు వెళ్ళి కూర్చోండి" పార్క్ శుభ్రం చెయ్యడానికొచ్చిన స్వీపర్ మాటలకు స్పృహలోకి వచ్చి అక్కడనుండి లేచి పార్క్ లో మరొక వైపుకు అడుగులు వేసుకుంటూ వెళ్ళాడు.

సమయం గడుస్తోంది.

సూర్యుని కిరణాలు తీక్షణత పెరగడంతో అక్కడనుండి బయటకు నడుచుకుంటూ వచ్చాడు.

కార్యాలయం ముందున్న బస్ స్టాప్ వద్దకు వచ్చి నిలబడ్డాడు.

కార్యాలయం సమయం సమీపిస్తుండడంతో బస్ ల వైపు కిరణ్ కోసం ఎదురు చూస్తున్నాడు.

ప్రతిరోజూ తను ప్రయాణించే బస్ రానే వచ్చింది.

ఒక్కొక్కరు బస్ దిగుతున్నారు.

కిరణ్ కోసం తీక్షణంగా తరచి తరచి చూస్తున్నాడు.

నిరాశే ఎదురవుతోంది.

కొద్దిసేపు అక్కడే వుండి కార్యాలయంలోకి నిరాశ తో ప్రవేశించాడు.

కిరణ్ కోసం అన్ని వైపులా వెదుకుతూ నడుస్తున్నాడు. నిర్లిప్తంగా తన బ్లాక్ లోకి ప్రవేశించాడు. తన సీట్లో కూలబడ్డాడు.

మనసులో ఆలోచనలకు అంతం లేకుండా పోతోంది. వాస్తవంగా మనసును ప్రశాంతత చేసుకొని పని చేయకుండా ఆలోచిస్తే ప్రయోజనం ఏముంటుంది.

జీవితానికి నిర్లిప్తత సమాధానం కాకూడదు కదా!

చిన్నతనం లో తండ్రి చెప్పిన మాటలు తలకు ఎక్కించుకోకపోవడంతో ఇప్పుడు విచారిస్తే ప్రయోజనం ఏముంటుంది? మనసులోని ఆలోచనలకు కళ్ళెం వేసే మార్గం కనిపించడం లేదు.

అన్యమనస్కంగానే కాలం గడుపుతున్నాడు. తోటివారి సంగతి, కార్యాలయ పని గూర్చి ఆలోచనలు మళ్లడం లేదు.

కృత్రిమంగా మధ్యాహ్నం క్యాంటీన్ లో భోజనం చేశాడు.

తిరిగి తన కార్యాలయ ఛాంబర్ లోకి వెళ్ళాడు.

కిరణ్ ను చూడాలని, తనతో మాట్లాడాలని మనసు తాపత్రయ పడుతోంది. తనను కలిసి పలకరించేదాకా మనసు ఊరడిల్లేలా లేదు. కిరణ్ ని కలవకుండా ఈరోజు ఇంటికి పోవడానికి మనసు ఇష్టపడడం లేదు. నియంత్రించు కుంటున్నాడు.

సాయంకాలం కార్యాలయ గంటలు పూర్తికాగానే బయటకు నడచుకుంటూ వచ్చాడు.

బస్ స్టాప్ వద్ద నిలబడ్డాడు.

కిరణ్ ఇంటికి వెళ్తే? వద్దు...వద్దు..ఇంట్లో చెప్పి సెలవు పెట్టాడో లేక ఏదైనా పనిమీద చెప్పకుండా వెళ్లాడో, తను వెళ్ళి కిరణ్ కుటుంబసభ్యులను ఇబ్బంది కలిగించడమెందుకు?

చూద్దాం, బస్ ఎక్కి ప్రతిరోజూ కిరణ్ ఎక్కే స్టాప్ లో చూద్దాం అక్కడ కనిపిస్తాడేమో లేకుంటే తిరిగి పార్క్ కే రావాలని, సమయం అక్కడే గడపాలని నిర్ణయించుకొని బస్ ఎక్కి కూర్చున్నాడు జోసెఫ్.

బస్ ప్రయాణిస్తోంది. కిటికీ అద్దాలనుంచి బయటకు చూస్తున్నాడు.

బస్ వెళ్తుండగా రోజూ కిరణ్ ఎక్కే స్టాప్ దగ్గర ఆగింది.

జోసెఫ్ కళ్ళు తీక్షణంగా చూస్తున్నాయి.

రోడ్ పక్కన నిలబడి వున్న కిరణ్ వెనుక వీపు గమనించి గుర్తుపట్టాడు జోసెఫ్.

వెంటనే బస్ దిగాడు. వడి వడిగా అడుగులు వేసుకుంటూ వెళ్ళాడు.

"ఇక్కడున్నావా కిరణ్..." అంటూ వెనుకనుంచే ఆలింగనం చేసుకున్నాడు.

జోసెఫ్ కి కన్నీరు పెల్లుబుకుతోంది.

కిరణ్ మాసిన బట్టలతో సెంటు వాసన వస్తోంది.

జోసెఫ్ కి నోట మాటరావడం లేదు. ఇద్దరి మధ్య గాలి చొరబడనంత దూరం కూడా లేదు. కొన్ని క్షణాలు జోసెఫ్ కి రోడ్ మీద ఉన్నామన్న సంగతి కూడా గుర్తుకు రాలేదు.

మెల్ల మెల్లగా జోసెఫ్ చేతులను సడలించి కిరణ్ చేతులు పట్టుకున్నాడు. కిరణ్ కళ్ళు ఎర్రగా ఉన్నాయి.

"కిరణ్ ...ఏమయింది...అలావున్నావు...." ఆద్రత నిండిన గొంతుకతో అడుగుతున్నాడు.

కిరణ్ నోట సమాధానం రావడం లేదు.

రెండు చేతులతో కిరణ్ ని కదిలుస్తున్నాడు.

అయినా మాట్లాడకుండా మౌనంగా వున్నాడు కిరణ్.

కిరణ్ అలానే తనవైపు చూస్తున్నాడు.

"నాకు చెప్పకుండా సెలవు పెట్టి అదృశ్యమవుతున్నావు.... అసలు విషయం దాస్తున్నావు. పదైదు సంవత్సరాల స్నేహం... నాకు కూడా చెప్పని పనులున్నాయా...." నిలదీస్తున్నట్లు ఆద్రత గొంతుకతో అడుగుతున్నాడు జోసెఫ్.

"ఏంటి అలా వున్నావు. నీకేమయ్యింది జోసెఫ్.." అంటూ కిరణ్ మాటలకు జోసెఫ్ కు కళ్ల వెంట నీళ్ళు తిరుగుతున్నాయి.

సమాధానం నోటినుండి పెల్లుబికడం లేదు.

వారి మధ్య కొన్ని క్షణాలు స్థంభించి పోయాయి.

"మౌనం భరించలేను. నాన్నను గుర్తు చేశావు.. అలా మురిపించి ఇలా మాయమయ్యావు..."

కన్నీరు మున్నీరవుతున్నాడు.

జోసెఫ్ మానసిక వేదన అర్థం చేసుకున్నాడు. ఇక సమాధానం చెప్పాల్సిన పరిస్థితి వచ్చింది కిరణ్ కు.

పదైదు సంవత్సరాలలో స్నేహంలో అమరికలు లేకుండా గడచిపోయింది. వ్యక్తిగత, కుటుంబ విషయాలు పెద్దగా ఒకరికొకరు జోక్యం చేసుకోకున్నా, ఒకరి మనసు మరొకరికి దగ్గరయ్యాయి. కిరణ్ పరమ భక్తుడు. జోసెఫ్ దైవం పట్ల నమ్మకం లేనివాడు. అయినా వీరి మధ్య ప్రగాఢ స్నేహం కొనసాగుతోంది.

ఒకరి బాగోగులు మాట్లాడుకోవడం తప్ప లోతుగా సమస్యల లో జోక్యం చేసుకోక పోయినా ఇద్దరి మధ్య ప్రేమానుబంధం ఏర్పడింది.

విషయం చెప్పక తప్పదా? అన్నట్లు చూశాడు జోసెఫ్ వైపు.

చెప్పమన్నట్లు కిరణ్ వైపు చూశాడు జోసెఫ్.

తన మనసులో వున్న మాటలు జోసెఫ్ కి చెప్పాలకున్నా దానివల్ల ప్రయోజనం శూన్యం. మనసును స్థిమిత పరచుకుంటున్నాడు. మాటల భావనలు మనసులోనే కదలాడుతున్నాయి.

ఆకలితో అనారోగ్యంతో అర్ధరాత్రి చీకటిలో నడిరోడ్డుపై కొనప్రాణాలతో కొట్టుమిట్టాడుతున్న ముదుసలి శేషజీవితం అనాథ వలే దిక్కు, మొక్కూ లేకుండా కన్నకొడుకై దీనంగా ఎదురు చూస్తూ కొడుకు భవిష్యత్తు ఛిద్రం కాకూడదని, తను పడుతున్న కష్టనష్టాలకు కొడుకే కారణమని సంఘానికి తెలిస్తే అతని పరువు బజారు పాలవుతుందని తనతో పదే పదే చెబుతూ, కడసారి మాటలుగా జీవితాన్ని ముగించడం.... నోహ్ ని చూడగానే హృదయంలో ఏదో అనుభూతి కలిగింది. చిన్న తనం లోనే తల్లి దండ్రులను పోగొట్టుకోవడంతో కిరణ్ కు అమ్మ, నాన్నలను అతడిలో దర్శించి సమీపంలో వున్న వృద్ధాశ్రమానికి తీసుకుని వెళ్తే చేర్చుకోవడానికి నిరాకరించారు. పక్కనే వున్న ఖాళీగా వున్నగదిని అద్దెకు అడగగా వాళ్ళు అంగీకరించడంతో అతడిని అక్కడ వుంచి ఆశ్రమంలో పని చేసే ఒక ఆయాను నెలకు ఐదు వేల ఒప్పందం తో అతడి మంచి, చెడు చూడడానికి కుదిర్చాడు. తీవ్రమైన అనారోగ్యంతో అతడి మాట పడిపోయింది. మందులు వాడుతూ వుండడం వల్ల కొంత ఓపికగా వున్నాడు. వివరాలు అడిగితే ఏమీ చెప్పక పోవడంతో, కావాలని జోసెఫ్ కన్న తండ్రిని అర్ధరాత్రి నడి వీధిలో దిక్కు మొక్కు లేకుండా వదిలేశారని అర్థం చేసుకున్నాను. గత నెలలో అతడికి తీవ్ర అనారోగ్యం పాలు కావడంతో సెలవు పెట్టి ప్రభుత్వ ఆసుపత్రిలో చేర్చడం వల్ల అక్కడే వుండవలసి వచ్చింది. అతడి ఆరోగ్యం కొంచెం కుదుట పడగానే తిరిగి రూంకి తీసుకుని వస్తే మరల సీరియస్ గా వుండడంతో సెలవుపెట్టి ఆసుపత్రిలో మరలా చేర్చాల్సి వచ్చింది. మొన్న రాత్రి తుది శ్వాస విడిచాడు. నోహ్ ఎంత మంచి పేరు, క్రైస్తవుడు కావడంతో మతాచారాల ప్రకారం అంతిమ సంస్కారం పూర్తి చేసి

ఇప్పుడే ఇంటికి వెళ్లడానికి నడుస్తుంటే జోసెఫ్ కంట పడ్డాను. ఇప్పుడు నిజాలు చెప్పి జోసెఫ్ ని బాధపెట్టడడం వల్ల ఒనగూరే ప్రయోజనం ఏముంటుంది? జోసెఫ్ దీనంతటికీ కారణమయినప్పుడు, అతడి తండ్రి నోహ్ ని గత నాలుగు సంవత్సరాలుగా నేను సంరక్షిస్తున్నానని, కొడుకు పై ప్రేమను చంపుకోలేక మనసులో కుమిలి కుమిలి ఆయువు క్షీణింప చేసుకొని అనాథ వలె చివరి శ్వాస వదలడం కడు శోచనీయమైన విషయం. కేవలం పొట్ట లో ఆకలి తీర్చుకొని, సంసారిక సుఖాలు అనుభవించి, తల్లి దండ్రులను విసర్జించి జీవితాన్ని కొనసాగించడం లో అర్థం లేదు. గత నెలరోజులుగా నోహ్ అనుభవించిన శారీరక, మానసిక వేదన మరొకరు భరించడానికి సాధ్యం కాదు.

★★★

జోసెఫ్ మనసు అల్ల కల్లోలంగా వుంది. కిరణ్ నోటినుండి మాట బయటకు రావడం లేదు.

జోసెఫ్ మెల్లగా కిరణ్ ముందుకు వచ్చి రెండు భుజాలను పట్టుకొని ముందుకు, వెనుకకు ఊపుతున్నాడు.

“నాకు చెప్పనంత రహస్యమా? నాకు సంబంధించినది కాకుంటే తప్పక చెప్పేవాడివి. జరిగిన విషయం నాకు సంబంధించిందే అయివుంటుంది. చెప్పు కిరణ్” అంటూ గద్గర స్వరంతో అడుగుతున్నాడు.

చెమటకు తడిసిన జేబులో శిలువ తో కూడిన జపమాల అస్పష్టంగా కనిపిస్తోంది.

జీవితమంతా ప్రార్ధన గావించిన జపమాల నుండి తన తండ్రి నోహ్, కిరణ్ రూపంలో కళ్ళ ముందు సాక్షాత్కరిస్తోంది. కనులు తెరచి దృష్టి మరల్చకుండా నిశ్చేష్టుడిగా నిలుచుండి వుండిపోయాడు జోసెఫ్.

తర్వాత మాట్లాడతాను

"సార్ .. సార్...మీతో చెప్పుకోవాలి"

"ఆఫీసు విషయమా?"

"కాదండి. వ్యక్తిగతం"

"కార్యాలయ సమయాల్లో వ్యక్తిగత విషయాలు వినను. ముందు మీకు అప్పగించిన పని సకాలం లో పూర్తి చేయండి"

మౌనంగా తన సీటు వద్దకు వెళ్ళి కూర్చున్నాడు శ్రీధర్.

శ్రీధర్ ఆందోళన అంతా తన కొడుకును పాఠశాలలో ప్రవేశం గూర్చి తప్ప, తను చేయాల్సిన పనిలో శ్రద్ధ చూపించలేక పోతున్నాడు.

గత నాలుగు సంవత్సరాలుగా ఇక్కడే చాలీ చాలని జీతంతో కాలం వెళ్ళ బుచ్చుతున్నాడు.

చదువైతే చదువుకోగలిగాడు కాని తగిన ఉద్యోగం పొందలేకపోయాడు. భార్య, పిల్ల వాడిని పోషించడం రోజు రోజుకూ కష్టంగా మారుతోంది.

బాస్ చండశాసనుడు. వ్యక్తిగతంగా మంచి మనసున్న వ్యక్తి అని అందరూ అనుకుంటుంటారు. కాని తనలో మంచితనం వీసమెత్తైనా తనకు కనిపించడంలేదు.

రెండు నిముషాలు తన సమస్యను పరిష్కరించకున్నా కనీసం వినవచ్చు కదా.

కూర్చొని లాప్ టాప్ లో కార్యాలయ పనిలోకి మెల్ల మెల్లగా ప్రవేశించాడు శ్రీధర్.

వీర భద్రం తన ఛాంబర్ లో పనిలో మునిగి తేలుతున్నాడు. ప్రధాన కార్యాలయం కోరిన సమాచారం సమకూర్చుకోవడం, వాటిని పరిశీలించి తిరిగి పంపించడం లో నిమగ్నమయి ఉన్నాడు.

తన మొబైల్ రింగ్ అవుతోంది. దాని వైపు చూడక తన పని తాను చేసుకుంటున్నాడు. ఎందుకో ఈ రోజు మొబైల్ పదే పదే మోగుతోంది. అయినా దాని వైపు చూడకుండా మనసు నియంత్రించుకొని పని చేసుకుంటున్నాడు వీర భద్రం.

లంచ్ సమయం కావడంతో ఎదురుగా ఉన్న లాప్ టాప్ ఆఫ్ చేసి తన సీట్లో నుండి లేచాడు వీర భద్రం.

కార్యాలయం లో ఒక్కొక్కరూ తమ సీట్లలోనుండి లేచి క్యాంటీన్ వైపుగా తమ వెంట తెచ్చుకున్న లంచ్ బాక్స్ లను తీసుకు వెళ్తున్నారు.

కార్యాలయం లో బాస్ గా అధికారం చెలయిస్తాడు. పని తప్ప మరొక మాట ఎవరితో మాట్లాడకపోవడం వీర భద్రం లో వున్న ప్రత్యేకత.

తోటి ఉద్యోగులతో కలిసి అందరితో బాటు తన లంచ్ బాక్స్ క్యాంటీన్ లోనే తింటాడు. చిరునవ్వుతో అందరినీ పలకరిస్తాడు.

క్యాంటీన్ లో వీరభద్రం కోసం ప్రవేశం వద్ద నిలబడి ఎదురు చూస్తున్నాడు శ్రీధర్.

కొద్దిసేపటికి లంచ్ బాక్స్ తీసుకొని క్యాంటీన్ వద్దకు బాస్ రాగానే ముఖం లో చిరునవ్వు కలిగింది.

"సార్ నమస్తే"

"లంచ్ చేశావా శ్రీ ధర్"

"లేదు సార్. మీకోసం చూస్తున్నాను"

"ఎందుకు? నాతో ఏమైనా పని వుందా" అంటూ శ్రీ ధర్ భుజంపై చెయ్యి వేసి క్యాంటీన్ లోపలకు ప్రవేశించి టేబుల్ వద్ద కూర్చున్నారు.

ఆప్యాయతగా తనను లోపలకు తోడ్కొని రావడం, చిరు ఉద్యోగి నైనా తన పై భుజం పై చెయ్యి వేసి లోపలకు నడిపించుకుని రావడం మనసుకు సంతోషమనిపించింది. మనసులో బాధ కొంతైనా ఉపశమనం కలిగినట్లనిపించింది.

చేతులు శుభ్రం చేసుకొని తిరిగి కుర్చీ లో కూర్చొని లంచ్ బాక్స్ తెరుస్తూ అడిగాడు.

"చెప్పు శ్రీధర్" పలకరిస్తూ తలయెత్తి చూశాడు.

"సార్... మా బాబుకి స్కూల్ లో అడ్మిషన్ వచ్చింది. ఫీజ్ కట్టడానికి నావద్ద సరిపడా డబ్బులేదు. సహాయం కోసం అభ్యర్దిస్తున్నాను"

"ఎంత అవసరపడుతుంది"

"నలభై వేలు..." తటపటాయిస్తూ చెప్పాడు శ్రీ ధర్.

సమాధానంగా చిరునవ్వు నవ్వి లంచ్ తినడంలో నిమగ్నమయ్యాడు వీరభద్రం.

'నవ్వు ఎవరికి కావాలి? డబ్బు సహాయం చేస్తే నాకు ప్రయోజనం. కనీసం ఇస్తానో, ఇవ్వనో అని సమాధానం కూడా చెప్పకుండా ఇలా ప్రవర్తిస్తుంటే బాస్ అందరికీ మంచివాడు

ఎలాగయ్యాడు?' మనసులో గొణుక్కుంటూ టేబుల్ వద్దకు వెళ్ళి తన లంచ్ బాక్స్ తెరచి తినడం మొదలు పెట్టాడు శ్రీ ధర్.

అందరూ లంచ్ ముగించి తిరిగి వారు పనిచేసే సీటుకి వెళ్ళిపోయారు.

తిరిగి ఎవరి పనుల్లో వారు మునిగిపోయారు.

శ్రీధర్ కు మనసు బాగోలేదు. అసంతృప్తితో నిండిపోయింది. పనిపై శ్రద్ధ వహించలేకపోయినా అన్యమనస్కంగా పని చేస్తున్నాడు.

ఇంటికి వెళ్ళి భార్య సుమతి ముందు ఏమని చెప్పాలి, తలఎత్తుకోగలనా? చదువుకు తగ్గ ఉద్యోగం, ఉపాధి లభించక, చాలీ చాలని జీతం తో జీవితం ఎలాగడుస్తుంది. సమాజంలో క్రింది స్థాయి పౌరునిగా కాలం వెళ్ళబుచ్చడమేనా? పలు రకాల ఆలోచనలతో కార్యాలయ పని చేసుకుంటూ కాలం గడుపుతున్నాడు.

తన అవసరాన్ని ఎవరివద్ద ప్రస్తావించాలి? వారికి కూడా అవసరాలు వుంటాయి. అవి మానుకొని తనకు సహాయం చేస్తారనేది అత్యాశ.

బాస్ అందరికీ సహాయం చేసే మనసున్న మనిషనుకొని అడిగి భంగపడ్డాడు.

ఏమి చెయ్యాలో పాలు పోవడం లేదు.

కొడుకుని ప్రభుత్వ పాఠశాలలో చేరుద్దామంటే తన కార్యాలయంలో పనిచేసే ఉద్యోగులందరూ కార్పొరేట్ స్కూళ్ళలో చదివిస్తుంటే తన కొడుకుని..... తన పరువు ఏమైపోతుంది?

కార్యాలయ సమయం ముగియడంతో ఒక్కొక్కరుగా తమ సీట్లనుండి లేచి ఆఫీసునుండి బయటకు వస్తున్నారు.

శ్రీధర్ ఆలోచనలు ఆగడం లేదు. రెండు రోజుల్లో ఫీజు చెల్లించకపోతే స్కూలు అడ్మిషన్ లు ముగిసిపోతాయి.

కార్యాలయంలో లోన్ తీసుకుందామంటే గతంలో పొందిన లోన్ తిరిగి చెల్లించడం పూర్తి కాలేదు.

ఆలోచనలతో తన టూ వీలర్ దగ్గరకు వచ్చి ఇంటికి పయన మయ్యాడు.

గంటలో ఇంటికి చేరుకున్నాడు.

ఇంట్లోకి ప్రవేశిస్తున్న తన భర్తను చూసిన తాయారమ్మకు కంగారు మొదలయ్యింది.

"ఏమయ్యిందండి? అలా వున్నారు" భర్త శ్రీధర్ చేతిలోని బ్యాగ్ తీసుకుంటూ అడిగింది.

తాయారమ్మ కు సమాధానం ఏమి చెప్పాలో, ఎలా చెప్పాలో తెలియక మౌనంగా అడుగులేసుకుంటూ బెడ్ రూం లోకి వెళ్ళి కూర్చున్నాడు.

తాయారమ్మ కిచెన్ లోకి వెళ్ళి కాఫీ తయారు చేసుకొని కప్ లో పోసి బెడ్ రూం లోకి తీసుకొచ్చింది.

"ఆఫీసులో పని ఎక్కువయ్యిందా? ముందు కాఫీ తాగండి" అంటూ కాఫీ చేతికందించింది.

కప్ తీసుకొని కాఫీని మెల్లగా సిప్ చేస్తున్నాడు.

"ఫర్వాలేదు. నాతో చెప్పడానికి తటపాయిస్తున్నారా"

"లేదు"

"మరి ఎందుకు అంత డల్ గా వున్నారు"

"మన సమస్యలు తీర్చే వాళ్ళు ఎవరున్నారు. అవసరం అయితే బంధువులు మొహమాటం లేకుండా బంధుత్వం గుర్తు చేసి మరీ ఇంట్లో దాచుకున్న డబ్బులు తీసుకెళ్తున్నారు. మనకు అవసరమైనప్పుడు వాళ్ళతో బాటు మా బాస్ కూడా మనకు సహాయపడడం లేదు"

"సరే లెండి. ఉన్నంతలో మనం సహాయం చేస్తాము. వారి దగ్గరనుండి తిరిగి సహాయం ఆశించడం మర్యాద కాదు"

కాఫీ తాగి ఖాళీ కప్పు తాయారమ్మ చేతికిచ్చాడు.

"బాబుని స్కూల్లో ఎలా చేర్చాలో తెలియడం లేదు"

"మీ బాస్ చాలా మంచివారని విన్నాను..వారు కూడా సహాయం చేయలేదా?"

"అడిగాను. నవ్వు నవ్వాడు ఇచ్చే వారిలా ఎంతకావాలని అడిగారు..అంతే..."

"అవునా.. మీ బాస్ అలా చేసి వుండడు. రేపైనా మీరు అడిగింది చేస్తారు. కంగారు పడకండి. మనకింకా రెండురోజుల సమయం వుంది"

"అమ్మా! ఆకలిగా వుంది. ఏదైనా పెట్టు..ప్లీజ్" అంటూ రోహిత్ బెడ్ రూం లోకి పరిగెత్తుకుంటూ అమ్మను అడుగుతున్నాడు.

'కల్లా కపటం ఎరుగని వీడి భవిష్యత్తు కోసం మెరుగైన విద్యను కూడా అందివ్వ లేకపోతున్నాను' కొడుకు రోహిత్ ను చూడగానే మనసు చివుక్కు మనిపించింది శ్రీధర్ కు.

"మీరు ఎక్కువగా ఆలోచించి మనసుతో బాటు ఆరోగ్యాన్ని పాడు చేసుకోకండి. ఎలా జరగాలని ఉంటే అలా జరుగుతుంది" అంటూ తాయారమ్మ కొడుకుని వెంటబెట్టుకొని కిచెన్ లోకి వెళ్లింది.

పెద్దగా చదువుకోని తాయరమ్మకున్న మనో ధైర్యం తనకు ఎందుకు కలగడం లేదని మనసులో ఆలోచన చేస్తూ బెడ్ పై పడుకున్నాడు.

"అమ్మా! ఏమి చేస్తున్నావు"

"ఉప్మా"

“అమ్మా! మరలా ఉప్మానా .. నాకు....”

“మాట్లాడకు... ఏది పెడితే అదితినాలి. ఈరోజు అంతే...” కొడుకు మాట మధ్యలోనే కోపంతో చెప్పింది.

“సరే అమ్మ” ఆంతర్యం గ్రహించిన రోహిత్ అక్కడనుండి బెడ్ రూం లోకి తొంగి చూసి నాన్న పడుకున్నాడని గ్రహించి హాల్లోకి వచ్చాడు.

కాసేపట్లో వేడి వేడి ఉప్మా ప్లేట్ లలో పెట్టుకొని హాల్లోకి వచ్చి డైనింగ్ టేబుల్ పై పెట్టి రోహిత్ ని తినమని చెప్పి స్పూన్ ఇచ్చి, బెడ్ రూం లో వున్న తన భర్త శ్రీధర్ కోసం వెళ్లింది.

“ఇక లేవండి. త్వరగా కాళ్ళు, చేతులు శుభ్రం చేసుకొని రండి. ఉప్మా ఆరిపోతుంది...తరువాత పడుకుందురు గాని” అంటూ చేతితో తట్టింది.

“కాసేపు పడుకొనివ్వు..తరువాత తింటాను” మగతగా బదులిచ్చాడు.

“లేదు. మీరు ఆలస్యం చేయకుండా తినాలి. మద్యాహ్నం లంచ్ చేసివుంటారు. మధ్యలో ఏమీ తీసుకోరు పొట్ట అంతసేపు ఖాళీగా వుండకూడదు” అంటూ భర్త చేతిని పట్టుకొని పైకి లేపింది.

ఇక చేసేది లేక బెడ్ మీద నుండి లేచాడు.

సెల్ ఫోన్ లో మెసేజ్ లు వస్తున్న శబ్దం వినిపిస్తోంది.

“ఫోన్ చెక్ చేసి ముఖ్యమైన విషయాలుంటే చెప్తాను. త్వరగా తయారయి టేబుల్ పై ఉప్మా పెడుతున్నాను తినండి. ఆలోచనలు నియత్రించు కోవడానికి ప్రయత్నించండి” అంటూ బెడ్ పైనున్న మొబైల్ చేతిలోకి తీసుకుంది తాయారమ్మ.

“అలానే” అంటూ మంచం దిగి వాష్ రూం లోకి వెళ్ళాడు. అక్కడనుండి డైనింగ్ టేబుల్ వద్దకు వెళ్ళి రోహిత్ పక్కన కూర్చున్నాడు.

రోహిత్ క్రమశిక్షణకు శ్రీధర్ కు ముచ్చటేస్తోంది.

“అమ్మ, నీకు కూడా ఉప్మానే పెట్టిందా?” తల నిమురుతూ అడిగాడు.

“ఉప్మా చాలాబాగుంది”

మాటల్లో సంతోషం కనిపిస్తోంది.

రోహిత్ కు అన్యాయం చేస్తున్నామేమోనని మనసులో బాధకలుగుతోంది.

తను చదివింది ప్రభుత్వ పాఠశాలలోనే. ఆరోజుల్లో ఆ చదువు సరిపోయింది. ఇప్పుడు ప్రపంచం మారిపోయింది. దానికి తగ్గ చదువు కూడా అవసరమే. మనం బీదవారేమీ కాదు. అలాగని డబ్బున్న వారిమీ కాదు. అటూ ఇటూ కాకుండా కనీస అవసరాలు తీర్చుకోలేని స్థితిలో ఉన్నందుకు సిగ్గుపడుతున్నాడు శ్రీ ధర్.

తాయారమ్మ బెడ్ రూం లోనుండి వచ్చి భర్త పక్కనే కూర్చుంది.

"ఏమి ఆలోచిస్తున్నారండి. వేడి ఉప్మా చల్లారిపోతోంది" అంటూ స్పూన్ తో ఉప్మా తీసుకొని భర్త నోట్లో పెట్టింది.

తాయారమ్మ ఆప్యాయతకు ముగ్ధుడైపోయాడు శ్రీధర్.

భర్త సంపాదన తక్కువగావుంటే వారి ప్రవర్తన గూర్చి పుస్తకాలలో, సినిమాలలో చూశాడు. తన ఇంట్లో దానికి పూర్తి భిన్నం.

భార్య చేతి ఉప్మా రుచి అద్భుతంగా వుంది.

రోహిత్ అమ్మా, నాన్నలను చూస్తూ మురిసిపోతున్నాడు.

"మెల్లగా తినండి" అంటూ మొబైల్ ఓపెన్ చేసి మెసేజ్ లు ఒక్కక్కటిగా చూస్తోంది.

వాట్స్ అప్ మెసేజ్ లలో అంత ప్రాధాన్యతవి కనిపించడం లేదు.

యెస్ యెం యెస్ లను చెక్ చేస్తోంది. శ్రీ ధర్ అక్కౌంట్ కు నలభై వేలు బదిలీ అయినట్లుగా మద్యాహ్నం గం 1.45 కు మెసేజ్ వచ్చి వుంది.

"ఏమండి! మీ అక్కౌంట్ లో మద్యాహ్నం నలభైవేలు జమ అయ్యాయి. చూడండి" అంటూ మొబైల్ భర్త శ్రీధర్ కు చూయించింది.

మెసేజ్ చూసిన శ్రీధర్ కు ఆశ్చర్యమేసింది.

"బాస్ అడిగిన వెంటనే అడిగినంత డబ్బు ఇచ్చారు. అనవసరంగా బాస్ పై అపోహ పడ్డాను"

"మీ బాస్ మంచి వాడని నేను విన్న మాటలు నిజం. సరేలెండి, సమయానికి సహాయ పడ్డారు"

"అవును. నాకు చాలా సంతోషంగా వుంది. బాస్ ని తనే సరిగ్గా అర్థం చేసుకోలేక నానా మాటలు అనుకున్నాను"

"ఒకసారి ఫోన్ చేసి కృతజ్ఞతలు చెప్పండి"

"ఇప్పుడే చెబుతాను తాయారు"

మొబైల్ లో బాస్ నెంబర్ సెర్చ్ చేసి రింగ్ చేశాడు శ్రీధర్.

మొబైల్ రింగ్ అవుతోంది. ఆన్సర్ చెయ్యడం లేదు.

"బాస్ బిజీ గా ఉన్నట్లుంది. ఆన్సర్ చెయ్యడం లేదు"

"మరలా ప్రయత్నించండి"

తిరిగి రింగ్ చేశాడు.

"సార్ నమస్తే"

"నేను బిజీ గా వున్నాను"

"సార్ నేను శ్రీధర్"

"నేను ముఖ్యమైన పనిలో వున్నాను"

"ఒక్కమాట సార్"

"ఈ సమయం మానాన్నగారితో గడిపే సమయం. దయచేసి నన్ను నిరోధించవద్దు" అంటూ ఫోన్ కట్ చేశాడు.

"నాన్నతో గడిపితే మాత్రం ఒక్క నిముషం మాట్లాడవచ్చు కదా"

"బాస్ పట్ల అలా మాట్లాడకండి. తండ్రితో గడిపే క్షణాలు అద్భుతమైనవి. నీకూ నాకూ అలాంటి అవకాశం లేకుండాపోయింది. రేపు కార్యాలయంలో మాట్లాడండి"

"కార్యాలయంలో పని చేసే సమయంలో వ్యక్తిగతమైన మాటలు బాస్ మాట్లాడరు. లంచ్ సమయం లో వీలు కుదిరితే మాట్లాడవచ్చు"

"అప్పటిదాకా థాంక్స్ చెప్పకుంటే బాగుండదు. ఒక గంట తరువాత మరలా రింగ్ చేసి మాట్లాడుదురు"

"అలానే"

"ఇంత పెద్ద సహాయం చేసినా ఫోన్ లో పలకరించేకంటే ఇంటికి వెళ్ళి కృతజ్ఞతలు చెప్పి రండి. బాగుంటుంది"

"సూచన బాగుంది. ఇప్పుడే బయలు దేరుతాను. పావు గంటలో బాస్ ఇంటికి చేరుకుంటాను"

"జాగ్రత్తగా వెళ్ళి రండి"

శ్రీధర్ సంతోషానికి అవధులు లేకుండా పోయాయి.

ఇవేమీ పట్టనట్లు రోహిత్ పుస్తకం పట్టుకొని చదువు కుంటున్నాడు.

రోహిత్ క్రమశిక్షణ ని చూస్తుంటే ఎనలేని సంతోషం కలుగుతోంది శ్రీధర్ కి.

ఇంటి బయటకు వచ్చి టూ వీలర్ పై బాస్ ఇంటికి పయన మయ్యాడు శ్రీ ధర్.

★★★

"నాన్నా, సమయానికి మందులు వేసుకోకుంటే ఎలా?"

నాన్న బోసి నవ్వు తనలో సంతోషాన్ని కలిగిస్తోంది.

"నీకు సేవ చెయ్యడానికి నాకు సమయం దొరకడం లేదు. మీ కోడలు అర్థాంతరంగా మనల్ని వదిలి వెళ్లిపోయింది. ఆయాను పెడతానంటే వారిస్తావు. కార్యాలయం నుండి వచ్చేదాకా ఒంటరిగా గడుపుతున్నావు. నాకు బాధగా వుంది" రెండు చేతులు పట్టుకొని నిమురుతూ మాట్లాడుతున్నాడు అంకిత్.

సమాధానం బోసినవ్వు తప్ప కుమారునితో నోరువిప్పి ఒక్కమాటకుడా మాట్లాడడం లేదు.

అంకిత్ హృదయమంతా నాన్నతో నిండి వున్నాడు. అమ్మ లేకపోయినా, ఒంటరిగా వున్న నాన్నను ప్రేమగా పలకరించడం కోసం కార్యాలయం నుండి ఇంటికి వచ్చి గంటసేపు గడిపితే కాని మనసు ప్రశాంతత వుండదు.

ఒకరోజు కాదు. నిత్యకృత్యమైంది.

"కార్యాలయ పనులతో బిజీగా వుండడంతో నీతో మాట్లాడలేకపోతున్నాను నాన్నా"

కొడుకు మాటలు వింటుంటే పులకరించి పోతున్నాడు భూషయ్య.

"నేనొక నిర్ణయం తీసుకున్నాను. కార్యాలయం లో ఆఫీసు పని తప్ప మరొక వ్యక్తిగతమైన పని చెయ్యను. వాటికి దూరంగా వుంటాను. ఇంటికి రాగానే కార్యాలయ పనులకు ఫుల్ స్టాప్ పెట్టి నీతో గడపడం నాకు సంతోషాన్ని కలిగిస్తుంది"

భూషయ్య నవ్వుతూ కుడి చేతిని కొడుకు అంకిత్ పై వేసి భుజాన్ని నిమురుతున్నాడు.

అంకిత్ బాహ్య ప్రపంచాన్ని మరచిపోయాడు. జీవితంలో ఇలాంటి సంతోష క్షణాలు పొందడం కంటే మించినది మరొకటి ఏముంది?

కాలింగ్ బెల్ మ్రోగుతోంది.

ఈసమయంలో ఎవరూ తన వద్దకు రారు.

"తలుపు తీసే వుంది. నెట్టి లోపలకు రండి. నేను పనిలో వున్నాను"

తలుపును నెట్టుకుంటూ లోపలకు అడుగు పెట్టిన శ్రీధర్ తన బాస్ ను చూసి ఆశ్చర్య పడ్డాడు.

పండు ముదుసలి తన బాస్ భుజంపై చెయ్యి వేసి ముసి ముసిగా నవ్వుతూ, బాస్ కూడా తన చేతిని ఆయనపై చెయ్యి వేసి నివురుతూ వుండడం గమనించాడు.

కార్యాలయం నుండి బాస్ ఎలా బయలుదేరారో అలానే షూతో భుజాన బ్యాగ్ తో ఇప్పుడు కూడా అలానే కనిపిస్తున్నాడు.

ఫోన్ లో బిజీ గా వున్నానని, ఇంటికి వస్తే తలుపు తీయడానికికూడా సమయం లేక తననే లోపలకు రమ్మన్నాడు. తీరా చూస్తే ముసలి వానితో కాలక్షేపం చేస్తున్నాడు.

"నమస్తే సార్"

బాస్ మాట్లాడకుండా తన చేతితో ఎదురుగా వున్న సోఫాలో కూర్చోమని సైగ చేశాడు.

నిశ్శబ్దంగా ఎదురుగా వున్న సోఫాపై కూర్చున్నాడు.

తనని బాస్ పట్టించుకున్నట్లు గా లేదు.

"రేపు నీ పుట్టిన రోజు గుర్తుందా నాన్నా"

"తిరిగి బోసినవ్వుతో సమాధానమిచ్చాడు భూషయ్య.

అలా అర గంటకు పైగా ఎదురుగా కూర్చొని వున్న శ్రీధర్ ని పట్టించుకోకుండా వృద్ధాప్యంతో నాన్నతో కాలం గడపడం తనకు ఎంతగానో ముచ్చట వేస్తోంది.

తనకు కూడా తండ్రి జీవించి వుంటే ఇలా చూసుకొనే వాడిని కాదేమో అనిపించింది శ్రీధర్ కు.

"రేపు కార్యాలయం నుండి రాగానే మనింట్లోనే పుట్టిన రోజు జరుపుకుందాము"

తండ్రి కొడుకుల మధ్య ఇంతలా అనుబంధం కలిగి ఉండడం అద్వితీయమైన విషయం.

వయసు మీరిన తల్లిదండ్రుల బాగోగులను పట్టించుకొనే కొడుకులు, కూతుళ్ళు ఎందరున్నారు? ఆస్తి కోసం కాపలా కాసి చేతికందగానే కడుపు మాడ్చి చంపుతున్నారు. తిండి లేమి కంటే ఆప్యాయత కరువై కొనఊపిరి వదులుతున్నారు.

కార్యాలయంలో పనితప్ప మరొక విషయం పట్టించుకోకపవడం, ఇంటికి రాగానే తండ్రితో సమయం కేటాయించడం సాధారణ విషయం కాదు. ఇతరులేవ్వరికీ సాధ్యం కాని పని.

సమయం లేక కాదు, మనసులో తల్లిదండ్రులను గౌరవించాలనే తలంపే వారిపట్ల ప్రేమాభిమానంగా వుండగలరు. సమాజంలో ఎన్ని మార్పులు సంభవించినా, శాస్త్ర సాంకేతికత అభివృద్ధి చెందినా, చంద్రమండలాన్ని తాకుతున్నా మానవునిగా తల్లిదండ్రులను గౌరవించడంలో వెనుకపడిపోతున్నాడు. ఈ విషయం లో ఆదిమానవునికంటే హీనంగా తయారవ్వడం కడు శోచనీయం.

శ్రీధర్ అక్కడ గడుపుతున్న ఒక్కొక్క క్షణం ఒక జీవిత గ్రంధాన్నిప్రత్యక్షంగా వీక్షించి అవగాహన చేసుకున్నట్లుంది.

ఎన్ని పనులున్నా కొంత సమయాన్ని తల్లిదండ్రుల వద్ద గడపడం అసాధారణ విషయం. డబ్బు, హోదా పొందిన వారు తల్లిదండ్రులను వృద్ధాశ్రమంలో చేర్చి చేతులు దులుపుకుంటున్నారు. తల్లిదండ్రుల మానసిక వ్యధను అర్ధం చేసుకోలేక మానవత్వం మరచిన మనిషిగా జీవిస్తున్నారు, అనేదానికంటే మానసికంగా మరణిస్తున్నారనడం సబబు.

ఎదురుగా కూర్చొని వున్న తనను పట్టించుకోకుండా తండ్రితోనే సమయాన్ని గడపడం శ్రీధర్ మనసుకు సంతోషం ఉద్వేగం కలుగుతున్నాయి.

సమయం గడుస్తోంది.

"క్షమించండి. ఇంతసేపు మిమ్మల్ని పట్టించుకోలేదు. ఇది నా తండ్రితో గడిపే సమయం. ఈ విలువైన సమయాన్ని మరోరకంగా వినియోగించలేను"

బాస్ పలకరింపుకు శ్రీధర్ కళ్ళు చెమ్మగించాయి. బాస్ ని అపార్ధం చేసుకున్నందులకు అపరాధ భావన మనసును తొలిచి వేస్తోంది.

"సార్" శ్రీ ధర్ గద్గర స్వరంతో పలికాడు.

"చెప్పు శ్రీధర్. మంచినీళ్ళు తీసుకుంటావా?"

వద్దని చేతితో సైగ చేశాడు.

"మా నాన్నగారు..."

రెండు చేతులతో నమస్కారం పెట్టాడు శ్రీధర్.

"సంగతి చెప్పలేదు"

"మీకు కృతజ్ఞత తెలియచేయడానికి వచ్చాను. నా అవసరాన్ని ఒక్క మాటతో తీర్చారు. మిమ్మల్ని కలసి మాట్లాడే వరకు నాకు మనసు ఊరట కలిగేలాలేదు. అందుకే సమయం కాని సమయంలో మీవద్దకు వచ్చాను"

"డబ్బు సరిపోతుందా? ఇంకా అవసరపడితే చెప్పు"

బాస్ మాటలకు ఎలా బదులేమివ్వాలో అర్థం కావడం లేదు. ఇక అక్కడనుండి బయలుదేరడానికి సిద్ధమయ్యాడు శ్రీధర్.

సోఫా నుంచి లేచి నిలబడ్డాడు.

బాస్ తండ్రి కాళ్ళకు నమస్కరించి "వస్తాను సార్. చాలా థాంక్స్" అంటూ చెప్పి అడుగులు బయటకు వేశాడు శ్రీ ధర్.

గుమ్మం బయటదాకావచ్చి వీడ్కోలు పలికాడు అంకిత్.

★★★

బైకు పార్క్ చేసి ఇంట్లోకి వచ్చాడు శ్రీధర్.

మనసంతా తన బాస్ ఇంట్లో గడిపిన మధుర క్షణాలే గుర్తుకొస్తున్నాయి.

"రండి లోపలకు రండి, బాగా ఆలస్యం అయినట్లుంది. మీ బాస్ ఇంట్లో లేరా?"

ఇంట్లోకి రాగానే ప్రశ్నల వర్షం కురిపించింది తాయారమ్మ.

శ్రీధర్ మనసంతా ఆనందహేలతో నిండిపోయివుంది. భార్య మాటలు పట్టించుకోకుండానే ఇంట్లోకి వెళ్ళి హాల్లో సోఫా పై కూర్చున్నాడు.

పట్టరాని ఆనందంతో కనులు మూసుకొని తన్మయత్వం పొందుతున్నాడు.

"అడిగేది మిమ్మల్నే"

తాయారు ఘాటు పిలుపుతో కళ్ళు మెల్లగా తెరచి చిరునవ్వు నవ్వుతున్నాడు.

"మీ బాస్ అలవాటు వచ్చినట్లుంది. నవ్వుతో సమాధానమివ్వడం"

అలాంటిదేమీ లేదన్నట్లుగా తలూపాడు.

తాయారు వచ్చి భర్త పక్కనే సోఫాలో కూర్చుంది.

గోముగా తన కుడి చెయ్యి భుజంపై వేసి "ఏమి జరిగిందో చెప్పండి"

బాస్ ని కలసినట్లు, అంతా బాగానే వుందన్నట్లు చేతితో సైగ చేశాడు.

"చాలా మంచిది. మన సమస్య తీరింది. ఇకనైనా ప్రశాంతంగా వుండండి"

రోహిత్ స్కూలు ప్రవేశం గూర్చి కాదు. అంతకు మించి, జీవిత పాఠం నేర్చుకున్నాడు. అలాంటి అరుదైన అవకాశం దొరికినందులకు సంతోషపడుతున్నాడు.

"వేడి వేడి పాలు తీసుకొస్తాను. తాగి హాయిగా నిద్రపోండి. అలసట తీరుతుంది" అంటూ తాయారు అక్కడనుండి లేచి కిచెన్ లోకి వెళ్లింది.

బెడ్ రూం లో చదువుకుంటున్న రోహిత్ ఒక్కసారిగా హాల్లోకి వచ్చి నాన్న పక్కన కూర్చున్నాడు.

శ్రీధర్ చెయ్యి పట్టుకున్నాడు రోహిత్. కళ్లలోకి తదేకంగా చూస్తున్నాడు.

శ్రీధర్ కూడా రోహిత్ కళ్లలోకి చూస్తూ బాహ్యప్రపంచాన్ని మరచిపోయాడు.

"ఇవిగోనండి పాలు తాగండి" అంటూ లోటా ఇవ్వబోయింది. శ్రీధర్ రోహిత్ వైపే చూస్తున్నాడు.

"మిమ్మల్నే పిలుస్తుంది"

అయినా శ్రీధర్ తాయారు వైపు చూపు మరల్చలేదు.

"రోహిత్ ఇక్కడ ఏమిచేస్తున్నావు. నాన్నను ఎంతసేపు అలాచూస్తావు. బెడ్ రూం కి వెళ్ళి పడుకో"

రోహిత్ అమ్మ మాట పట్టించుకోవడం లేదు.

"నీకే చెప్పేది. ఎప్పుడూ లేనిది ఇదేమి ఆట, ఒకరి కళ్ళల్లో మరొకరు అలా చూసుకోవడం"

అమ్మ మాట పట్టించుకోకుండా రోహిత్ అలానే నాన్నకళ్లలోకి చూస్తూనే వున్నాడు.

"మాట్లాడకుండా అలా ఒకరి కళ్ళల్లో మరొకరు చూడడమేమిటి" గట్టిగా అడుగుతోంది.

"నాన్న తో గడిపే సమయమిది. తర్వాత మాట్లాడతాను" రోహిత్ సమాధానంతో శ్రీధర్ కు బాస్ తండ్రితో గడిపిన మధురమైన దృశ్యాలు కళ్ల ఎదుట రోహిత్ రూపంలో సాక్షాత్కరిస్తున్నాయి.

నింద

"కాస్త అన్నం పెడితే వీడి సోమ్మంతాపోతుందా? కష్టపడి సంపాదించిదంతా కొడుకుకే కదా పెట్టింది. అన్యాయంగా ఉరేసుకొని చనిపోయింది" మంగమ్మ మాటలు తూటాలుగా పేలుతున్నాయి.

ఎలాంటి కార్యక్రమము జరిగినా పిలిచినా, పిలవకున్నా అంటే పిలవని పేరంటానికి హాజరయ్యి నోటికొచ్చినట్లు ఉన్నది లేనిదీ కలిపి మాట్లాడడం, ఆమాటలు విన్న జనం నిజమని నమ్మడం పరిపాటి.

"కొడుకు అన్నం పెట్టలేదని మంగమ్మ చూసిందా? ఏమిటి?" అక్కడకొచ్చిన వారికి అడగాలనిపించినా నోరెత్తడానికి సాహసించడంలేదు.

"చోద్యం చూడకుంటే దూలం నుండి దించవచ్చుకదా"

"మనకెందుకు ఆమె కొడుకు, కోడలు చూసుకుంటారు"

"మరి మీరంతా ఎందుకొచ్చినట్లు" అంటూ కోటయ్య నడచుకుంటూ ఇంట్లోకి వెళ్ళి స్టూల్ లాగి దానిపై ఎక్కి అలివేలు ను ఒక చేత్తో పట్టుకొని మెడకు చుట్టుకున్న చీరను రెండవ చేతితో విప్పగానే కిందకు జారింది. గట్టిగా పట్టుకొని కిందకు దించి నేలపై పడుకోబెట్టాడు.

"చాప తీసుకరండి"

అలివేలు పడుకొనే చాపను అక్కడున్న వారు పట్టుకొచ్చారు. దానిపై దుప్పటి పరచి శవాన్ని పడుకోబెట్టారు.

"తలదగ్గర దీపం పెట్టండి. కోడలు ఎక్కడుంది"

"స్పృహ తప్పి బెడ్ రూం లో పడిపోయి వుంది"

"కొడుకు ఎక్కడికి పోయాడు"

"తెలియదు"

భయంతో ఇంట్లోనే వున్నాడు. అర్ధాంతరంగా అమ్మ దూలానికి ఉరి వేసుకొని మరణించడం చూసిన తిరుమల కు దిక్కుతోచక అటూ..ఇటూ తిరుగుతున్నాడు.

"తిరుమల...నడువు ఇంట్లోకి..మనం చేసేది ఏముంది...మిగిలిన కార్యక్రమాలను చెయ్యాలికదా! ఒక్కగానొక్క కొడుకువి"

"అమ్మలు అందరూ చనిపోతారు.. ఆకలితో మాడిస్తే ఇలా ఉరేసుకొని చస్తారు. దినం మాత్రం ఘనంగా చేస్తారు" మొదలు పెట్టింది మంగమ్మ.

"ఆకలితో కాదంట, కోడలు గొడవపెట్టుకుందట"

"అవును నేను చూస్తూనే వున్నాను... గయ్యాళి కోడలు..అత్తతో రోజూ తగాదా పెట్టుకుంటే గాని పొద్దుగడవదు"

"కొడుకు పైకి మెత్తగా కనిపిస్తాడు...అమ్మను పట్టించుకోడు... అనారోగ్యమైతే ఆసుపత్రికి కూడా తీసుకెళ్ళడు.. షుగర్ ఎక్కువై భరించలేక ఇలా చచ్చిపోయింది"

ఇరుగు పొరుగంతా రకరకాల సూటిపోటు మాటలతో మనుషుల మనసులనే కాదు ఇంటి గోడలకు కూడా రంధ్రాలు పడేలా చేస్తున్నారు.

ఆ మాట, ఈమాట క్షణాల్లో ఊరంతా పాకిపోయింది. ఆత్మహత్య గూర్చిన సమాచారం పోలీసు వారి చెవులను తాకడంతో సబ్ ఇన్స్పెక్టర్ హుటావుటిన తిరుమల ఇంటిముందుకు బుల్లెట్ పై ప్రత్యక్షమయ్యారు.

ఎస్సై తలమీద టోపీని సవరించుకొని ఇంట్లోకి వెళ్ళి మరణించిన మంగమ్మపై కప్పిన బట్టను చేతితో తొలగించి చూశాడు. దూలాన్ని పరీక్షగా చూశాడు. పరిసరాల వాతావరణం అంతా పరిశీలించాడు.

"ఇంట్లో వాళ్ళు ఎక్కడున్నారు" అని ఒక్కసారిగా గద్దించాడు ఎస్సై.

సదరు సమాచారం తెలుసుకున్న వెంటనే తిరుమల ఇంట్లోకి వచ్చాడు.

"సార్ నేను మరణించిన అలివేలు కుమారుడిని" ఎస్సై కి పరిచయం చేసుకున్నాడు.

బెడ్ రూంలో నుండి వేణి బయటకు వచ్చి భర్త పక్కన నిలబడింది.

భయంగా అద్భుత వేణి లో వణుకు కనిపిస్తోంది.

"ఏమి జరిగింది. నిజం చెప్పండి?" అంటూ ఇద్దరినీ మరొక సారి గద్దించాడు ఎస్సై.

ఒకరి ముఖం మరొకరు చూసుకుంటున్నారే కాని జవాబు చెప్పడం లేదు.

"బాడీ ని పోస్ట్ మార్టం కి పంపే ఏర్పాట్లు చేయండి" వెంటవచ్చిన ఏఎస్సై కి హుకుం జారీ చేశాడు ఎస్సై.

"అలానే సార్" అంటూ ఏఎస్సై శవం వైపు అడుగులేశాడు.

"భార్యా భర్తలను కస్టడీ లోకి తీసుకోండి. వీరే బాధ్యులని ఎఫ్ ఐ ఆర్ నమోదుచెయ్యండి" అంటూ ఎస్సై మరొక హుకుం జారీ చేసి అక్కడనుండి బయటకు వచ్చాడు.

తిరుమల, వేణి లకు ముచ్చెమటలు పడుతున్నాయి. గుండె దడ మొదలయ్యింది.

కాసేపటికి వ్యాన్ ఇంటి ముందు ఆగింది. నలుగురు వచ్చి అలివేలు శవాన్ని వ్యాన్ లోకి ఎక్కించారు.

వ్యాన్ సరాసరి ప్రభుత్వ ఆసుపత్రి వద్దకు వెళ్ళి పోస్ట్ మార్టం గది దగ్గర ఆగింది.

ఎస్సై తిరుమల, వేణి లను మరొక వాహనంలో ఆసుపత్రికి తీసుక వచ్చారు.

అలివేలుకు కొడుకు కోడలు అన్నం పెట్టాల్సి వస్తుందని, ఇద్దరూ కలిసి కుట్రపన్ని ఆత్మ హత్య చేసుకొనేలా చేశారని వార్త దావానంలా వ్యాపించింది.

ఒకవైపు అలివేలు శవానికి పోస్ట్ మార్టం చెయ్యడానికి ఏర్పాట్లు జరుగుతున్నాయి.

రెవెన్యూ, పోలీసు అధికారులు పంచనామా నిర్వహిస్తున్నారు.

అక్కడకొచ్చిన వారంతా తిరుమల, వేణి లే అలివేలు ఆత్మహత్యకు కారణమని చెబుతున్నారు.

పోస్ట్ మార్టం పూర్తికావడం, శవాన్ని అప్పజెప్పడం, అత్యక్రియలు పూర్తికావడంతో మంగమ్మ ఆత్మహత్యకు కారణమైన తిరుమల, వేణి లను పోలీసులు అరెస్ట్ చేసి కోర్టులో హాజరు పరిచారు పోలీసులు.

కోర్టు వారు ఇద్దరికీ పదునాలుగు రోజుల రిమాండ్ విధించగానే వీరిని జైలుకు తరలించారు అధికారులు.

"ఇన్నాళ్ళు ఎంతమంచిగా నటించారు? అన్నం పెట్టకుండా మాడ్చి అమ్మ అని కూడా చూడకుండా పొట్టన పెట్టుకున్నారు"

"తిరుమల బాగానే సంపాదిస్తున్నాడు కదా! గుప్పెడు మెతుకులు పెట్టడం చేతకాలేదు"

"అబ్బో వాడి పెళ్ళాం సంగతి నీకు తెలియదు. గయ్యాళి. మొగుడుని కూడా కాల్చుకుని తింటది"

"వాళ్ళ గురించి ఏమి చెబుతాము. మనవూరి పరువు తీశారు"

"తగిన శాస్తి జరిగింది. జైలుకెళ్లారు"

"ఇంతవరకూ మన ఊర్లో ఎవరూ జైలుకు వెళ్లలేదు. వీళ్ళ నిర్వాకంవల్ల పరువుతో బతికే మనం తలఎత్తుకొని ఊర్లో తిరగగలమా? పక్క ఊరికి ఎలా వెళ్ళగలం"

ప్రతిరోజూ తిరుమల, వేణి ల గుర్చే అమ్మలక్కల చర్చలు.

జైలు నుండి విడుదల అయిన తరువాత గ్రామ ప్రజల మాటలను భరించలేక తిరుమల, వేణి లు ఆత్మ హత్యచేసుకోవాల్సిందే.

★★★

"తిరుమలా!! వేణి ...ఎక్కడ...... ..." అంటూ అలివేలు కలవరిస్తోంది.

"అన్నం పెట్టకపోయినా ఫర్వాలేదు. పస్తులతో నైనా బతుకుతాను...మీకు మాత్రం చెడ్డ పేరు తీసుకరాను...."

హాల్లోనుండి పెద్ద కలవరింతలకు బెడ్ రూంలో వున్న తిరుమల, వేణి హాల్లోకి వచ్చారు. సమయం వేకువఝాము నాలుగయ్యింది.

"అమ్మా ఏమయ్యింది?"

"అత్తయ్యా ఏమయింది" అంటూ వంటింట్లోకి వెళ్ళి చెంబుతో నీళ్ళు తీసుకొచ్చి అలివేలు ముఖం పై చిలకరించింది.

మెల్లగా కళ్ళు తెరిచి చూస్తోంది అలివేలు. ఇద్దరూ చేరొక చేతితో అలివేలుని లేపి కూర్చో బెట్టారిద్దరూ.

తల కుడివైపు, ఎడమ వైపు తిప్పి కొడుకు తిరుమల, కోడలు వేణి లను చూస్తూ వారి భుజాలపై రెండు చేతులు వేసింది.

వీరికి తలవంపులు, నిందలు మోపే పని చెయ్యడానికి సాహసించడం తన వల్ల అవుతుందా?

అలివేలు కళ్ళల్లో వెల్లడవుతున్న మనో భావాలు కొడుకు, కోడలు పసికట్టలేక ఈ సమయంలో తమను ఇలా ఇబ్బంది పెడుతోందని లోలోన మదన పడుతున్నారు.

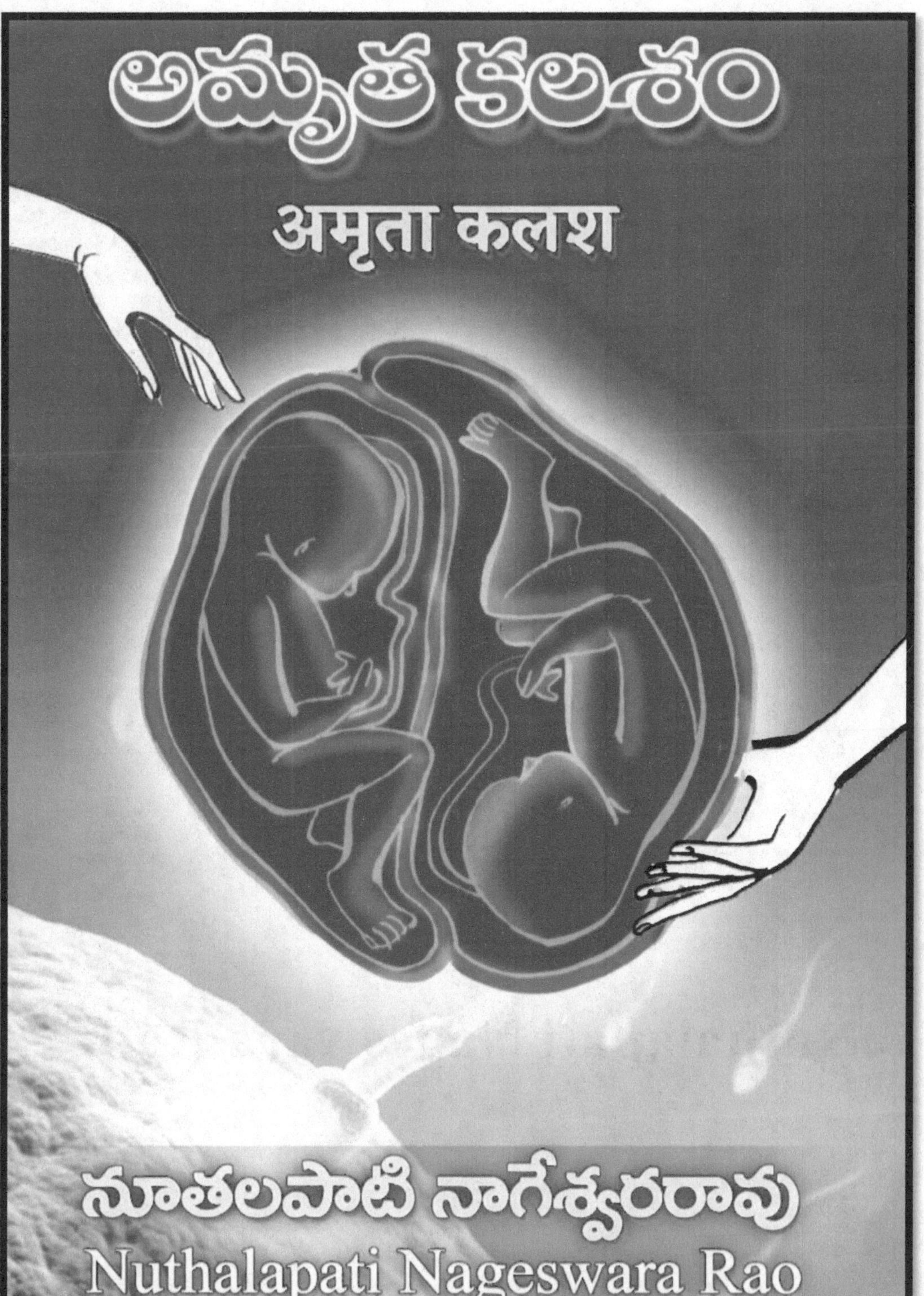
అమృత కలశం
अमृता कलश
నూతలపాటి నాగేశ్వరరావు
Nuthalapati Nageswara Rao

THE BEATING HEART

Nuthalapati Nageswara Rao

www.ingramcontent.com/pod-product-compliance
Lightning Source LLC
LaVergne TN
LVHW031434170726
843492LV00010B/2999

* 9 7 8 8 1 9 6 6 1 1 6 1 3 *